Gharama ya Kupenda Mtu Mashuhuri

Mapenzi na kuvunjika kwa mahusiano, Volume 2

Timothée Luwewe

Published by Timothée Luwewe, 2026.

GHARAMA YA KUPENDA MTU MASHUHURI

First edition. January 30, 2026.

ISBN: 979-8233915864

Written by Timothée Luwewe.

Also by Timothée Luwewe

Amor y rupturas
Lo que la fama le quitó al amor
Intimidad sin privacidad

Amour & Séparation
Ce que la célébrité a arraché à l'amour
Intimité Sans Vie Privée

Liebe & Trennungen
Was der Ruhm der Liebe genommen hat

Love & Breakups
What Fame Took From Love
The Cost of Loving A Celebrity
Love, Lies and Lawsuits
Why Celebrity Relationships Don't Last
Loving a Brand, Not a Person
Breakups Played Out in Public

Famous Love Stories That Failed
What Marriage Costs Us
Intimacy Without Privacy

Mapenzi na kuvunjika kwa mahusiano
Kile Umaarufu Kilichochukua kutoka kwa Upendo
Gharama ya Kupenda Mtu Mashuhuri

الحب والانفصال
ما أخذته الشهرة من الحب

����� �� �������
��������� �� ����� �� ���� ���
����

Standalone
La Destruction D'une Maison

Gharama ya Kupenda Mtu Mashuhuri

Wakati Ukaribu Unapokuwa Uharibifu wa Pamoja

Timothée Luwewe

TSEL EDITIONS

Wakfu

Kwa wale waliopenda mtu ambaye dunia ilihisi ina haki juu yake.

Nukuu ya Utangulizi

"Umaarufu haubadilishi watu. Huonyesha ni watu wangapi wanaojiona wanastahili."

— Asiyejulikana

Utangulizi: Kupenda Ukiwa Kwenye Mwangaza wa Umma

Umaarufu mara nyingi huchanganywa na mafanikio, na kuwa karibu na umaarufu mara nyingi huchanganywa na upendeleo. Kupenda mtu maarufu huchukuliwa na wengi kuwa ni aina ya ushindi—maisha yaliyoboreshwa kwa kupata fursa, kupongezwa, na kuwa karibu na mamlaka. Kutoka nje, uhusiano huonekana umepambwa kwa dhahabu: mialiko huwasili bila kuombwa, milango hufunguka kwa urahisi, majina yana uzito. Dhana ni kwamba upendo, unapounganishwa na umaarufu, unakuwa rahisi zaidi, salama zaidi, na wenye thamani zaidi.

Kutoka ndani, mara nyingi huwa ni hali isiyovumilika kimyakimya.

Kitabu hiki hakijaandikwa kwa mtazamo wa shabiki, wala kutoka jukwaani, wala kutoka kwenye mstari wa waandishi wa habari. Kimeandikwa kutoka pembezoni: vyumba vya hoteli vinavyofanana vyote, magari yanayosubiri yakiwa yamezima injini nje ya maeneo ya matukio, simu za kimyakimya zinazozungumzwa kati ya majukumu, ukimya mrefu baada ya makofi kupungua na ulimwengu kusonga mbele hadi kwenye onyesho lake linalofuata. Kinachunguza kinachotokea wakati ukaribu wa dhati unapogongana na kuwekwa wazi, na upendo unalazimika kushindana na hadhira isiyolala kamwe.

Kumpenda mtu maarufu si kumpenda tu mtu. Ni kumpenda lengo linalobadilika—chapa, taswira, mali ya umma yenye madhara ya kibinafsi. Inamaanisha kushiriki uhusiano na wasimamizi, ratiba, matarajio, na wageni wanaoamini kuwa kufahamiana kunawapa haki maalum. Inamaanisha kujifunza, mara nyingi kwa kuchelewa mno, kwamba umakini si upendo, na kwamba kuonekana si dhamana ya kujali.

Kitabu hiki kinahusu gharama hiyo.

Sio gharama ya kuvutia, bali ile ya kibinadamu: mmomonyoko wa nafsi, majadiliano ya kimyakimya, upweke wa kuwa karibu sana na mtu ambaye dunia inasisitiza inamjua vyema kuliko wewe.

Kumpenda mtu mashuhuri huanza, mara nyingi, kama upendo mwingine wowote. Kuna mvuto, udadisi, na upole. Kuna vichekesho vya faragha na mambo ya kawaida yanayofanywa pamoja. Katika siku za mwanzo, umaarufu unaweza kuonekana kama jambo la pembeni—kitu kilicho kando ya uhusiano badala ya kuwa sehemu yake. Wenza wengi huamini, kwa dhati, kwamba wanampenda mtu halisi aliye chini ya taswira ya umma. Na mwanzoni, kwa kawaida huwa ni kweli.

Lakini umaarufu haubaki pembeni. Unapanuka. Unamnyonya.

Kadiri kazi zinavyopata kasi, ukaribu hupangwa upya kulingana na ratiba. Muda hupunguzwa. Uwepo huwa na masharti. Maamuzi hufanywa kwa haraka na kuhalalishwa kama uhitaji. Kile kilichokuwa cha pamoja huanziawa mazungumzo. Kile kilichokuwa cha faragha huwa cha kimkakati.

Uhusiano hauishi. Unahamishwa.

Moja ya dhana potofu zinazoendelea kuhusu mahusiano ya watu mashuhuri ni kwamba yanadumishwa na ustahimilivu wa kipekee. Tunamtamani mwenza anayeweza "kuyashughulikia vyema," anayebaki mtulivu chini ya uchunguzi, anayeonekana kutovurugika na kutokuwepo, uvumi, au ukosefu wa usawa. Ustahimilivu husifiwa kama sifa kuu zaidi ya upendo.

Kitabu hiki kinahoji dhana hiyo.

Vipi kama uvumilivu si nguvu, bali ni kuzoea madhara? Vipi kama uaminifu, unapodaiwa kila mara na nadra kurudishiwa, unakuwa aina ya kujifuta? Vipi kama kipimo cha uhusiano wenye mafanikio si muda ambao unadumu chini ya shinikizo, bali ni jinsi watu wote wawili wanavyoruhusiwa kuwepo kikamilifu ndani yake?

Umaarufu huingiza ukosefu wa usawa wa kimuundo katika mapenzi. Mwenzi mmoja hujiongeza mara nyingi—anakuwa dhahiri, anakubalika, na sauti yake inakuwa kubwa. Mwenzi mwingine anabana—anatarajiwa kujirekebisha, kusubiri, na kukubali hali. Ukosefu huu wa usawa si wa makusudi kila wakati, na si ukatili kila wakati. Lakini hudumu. Na baada ya muda, kudumu huku huunda upya utambulisho.

Wenza wengi wa watu maarufu huelezea aina maalum ya upweke: si kutokuwepo kwa mwandani, bali kutokuwepo kwa shahidi. Majitoleo yao ni ya faragha; thawabu hupatikana kwingineko. Uwepo wao huwezesha ubingwa, lakini kazi yao haitajiwi. Ni muhimu na bado wanaweza kubadilishwa, wa karibu na bado wa pembeni.

Upweke huu mara chache huwa wa kusisimua. Haujitangazi kama janga. Hujikita kimya kimya katika utaratibu wa maisha.

Ufaragha, pia, unakuwa dhaifu. Migogoro hucheleweshwa, haitatuliwi. Hisia hubadilishwa ili zikubalike hadharani. Kimya hupandwa kama ustadi wa kuishi. Uhusiano hujifunza kuigiza hata wakati hakuna anayeangalia, kwa sababu daima kuna yule anayeweza kuwa anamtazama.

Katika mazingira haya, upendo huwa wa tahadhari. Wa kimkakati. Wakati mwingine wa muda.

Watu kwa upande mwingine, huichukulia uhusiano huo kama simulizi. Hutaka iwe na mshikamano, mwelekeo wa ukombozi, wahusika wabaya na waliokufa. Hutoa hukumu za kimaadili k , maamuzi yaliyofanywa chini ya shinikizo kubwa. Na mara chache huizingatia gharama ya kuishi ndani ya hadithi ambayo haukuandika.

Kitabu hiki hakilengi kufichua maisha ya faragha au kuhukumu hatia. Hakivutiwi na kashfa. Kinavutiwa na muundo: jinsi umaarufu unavyopanga upya ukaribu, jinsi mamlaka inavyobadilisha matarajio, jinsi kuonekana hadharani kunavyopotosha uwajibikaji.

Kupitia uchambuzi wa kitamaduni, tafiti za kesi halisi, na ushuhuda uliokusanywa wa wale waliowahi kuishi karibu na umaarufu, kitabu hiki kinafuatilia gharama ya kimyakimya ya kumpenda mtu ambaye dunia inahisi ina haki juu yake.

Linauliza maswali magumu bila kutoa wahalifu rahisi. Linatambua kwamba watu wengi maarufu ni wakarimu, wapendao, na wenye nia njema. Na linasisitiza kwamba nia njema haifuti madhara ya kimuundo.

Kiini chake, hii ni kitabu kuhusu uandishi. Nani anayeweza kuunda hadithi ya uhusiano? Nani anayebeba gharama hadithi hiyo inapokuwa mali ya umma? Na inamaanisha nini kujichagua mwenyewe wakati upendo, hata ukiwa halisi, umekuwa ghali mno?

Sura zinazofuata hazitoi maagizo. Zinatoa ufafanuzi.

Zimeandikwa kwa ajili ya wale waliosubiri katika ulimwengu wa nyuma wa maisha ya mtu mwingine, kwa wale waliotakiwa kuwa na subira kupita kiasi, kwa wale waliotafuta mchanganyiko kati ya uvumilivu na kujitolea. Zimeandikwa kwa ajili ya yeyote ambaye amewahi kujiuliza kama upendo unapaswa kuhisi upweke hivi.

Umaarufu si mhusika mkuu wa uovu katika hadithi hii. Lakini ndiyo hali.

Na kama hali zote, inahitaji kuchunguzwa.

Sehemu ya I: Kabla ya Makofi

Sura ya 1: Kuwaapenda Walipokuwa Bado Wao Wenyewe

Kabla ya mwangaza wa umaarufu kuwakaza watu, huwafanya laini. Huu ndio awamu ambayo wapenzi huikumbuka waziwazi zaidi: nyumba ndogo zenye kubana na mfumo wa kupasha joto usioaminika, ujasiri wa kuazima unaovaliwa kama koti ambalo karibu linafaa, usaili au maonyesho ya wazi yanayomalizika kwa ukimya. Unampenda mtu wakati ndoto zake bado zinahitaji mashahidi badala ya watazamaji—wakati mafanikio, kama yatakuja, bado yanahisika kama ya dhana tu.

Katika hatua hii ya mwanzo, upendo ni wa kawaida kwa njia ambazo baadaye huhisiwa kuwa takatifu karibu. Mnapika pamoja kwa sababu hamwezi kumudu kula nje. Mnafanya mazoezi ya mistari ya maigizo sebuleni, mrekodi demo kwa vifaa vya kukopa, mnaendesha gari umbali mrefu kwa ajili ya fursa fupi. Mustakabali hauna uhakika, lakini mnao kwa pamoja. Ambisheni ipo, lakini bado haijajifunza jinsi ya kutawala.

Katika mahojiano, wenza wa zamani wa waigizaji, wanamuziki, na wanariadha maarufu sasa mara nyingi hurudia maelezo yale yale: upatikanaji. Mtu huyo alikuwepo. Sio kikamilifu, sio kishujaa—bali kibinadamu. Walijali kuhusu kodi. Waliomba uthibitisho. Walijishuku waziwazi. Walishindwa hadharani katika vyumba vidogo ambapo kushindwa bado kulikuwa kunaweza kuvumiliwa, ambapo kukata tamaa hakukuwa bado na mzigo wa matarajio.

Upatikanaji huu si jambo la kipuuzi. Ni msingi wa ukaribu. Kuwa mtulivu ni kuwa unapatikana—kujibu jumbe, kusikiliza bila ajenda, kuwepo kihisia hata wakati hakuna kinachopatikana cha msingi. Kabla ya umaarufu, wasanii na watumbuizaji wengi wanaotamani bado wanajua jinsi ya kufanya hivi. Umakini wao bado haujagawanyika na mahitaji yanayoshindana. Utambulisho wao bado haujachukuliwa na uthibitisho wa wengine.

Hii ndiyo upendo unaohisika umestahiliwa. Unaamini—mara nyingi kwa usahihi—kwamba ulisaidia kujenga kitu. Sio kipaji chenyewe, bali ni hali zilizoruhusu kiweze kuishi: himizo baada ya kukataliwa, msaada wa kifedha wakati wa miezi ya uhaba, utulivu wa kihisia wakati shaka ilipotishia kuvuruga kasi. Ulikuwepo wakati imani ilikuwa dhaifu. Ulikuwa sehemu ya nguzo za msaada.

Imani hiyo inakuwa rehani ya kihisia ambayo utaendelea kuitilia pesa hata baada ya nyumba kubadilisha wamiliki.

Sifa inapowadia, hubadilisha mtazamo wa historia hii. Mshirika wa awali anakuwa kumbukumbu ya pembeni. Mapambano yanakuwa simulizi ya chapa. Kumbukumbu yenu ya pamoja inafungashwa upya kama hadithi yao ya asili, ikiboreshwa ili iweze kueleweka kwa umma. Usiku wa manane, mabishano, maelewano—haya yote huondolewa ili kuunda ngano safi zaidi.

Marekebisho haya mara chache huwa na nia mbaya. Ni kimuundo. Hadithi za umma zinahitaji urahisi, na utata si rahisi. Mshirika aliyemjua mtu huyo kabla hajapambwa haingii vizuri katika hadithi ya ubongo wa mtu mmoja. Kukiri utegemezi hupunguza nguvu ya njozi ya mafanikio ya kujitegemea.

Hata hivyo, kwa mwenza aliyeishi historia hiyo, kufutwa huko ni kwa kina sana. Kile kilichokuwa kumbukumbu ya pamoja kinakuwa kitu ambacho hauruhusiwi tena kukitaja. Unakumbuka hofu iliyokuwa nyuma ya kujiamini, uchovu uliokuwa nyuma ya msukumo, nyakati ambazo kukata tamaa kulionekana kuwa jambo la busara. Umma hautaki toleo hilo. Na hatimaye, hata yule uliyempenda hatalitaki.

Mara nyingi huwa kuna mabadiliko madogo hapa, ambayo ni vigumu kuyaona mwanzoni. Mwenzi maarufu huanza kujitenga na udhaifu wake wa zamani. Huongea tofauti kuhusu yaliyopita. Huwasilisha mapambano kama jambo la kujenga tabia badala ya kuwa la kuvuruga utulivu. Mwenzi aliyeshuhudia hali hiyo ya sintofahamu anakuwa kikumbusho kisichopendeza cha nafsi wanayojaribu kuikuza na kuiacha nyuma.

Hii huunda mvutano wa kimya. Unakumbuka mengi mno.

Wanasosholojia wakati mwingine huwaweka wenza wa awali kama "nanga za utambulisho"—watu wanaoshikilia kumbukumbu ya mtu alivyokuwa kabla ya hadhi kubadilisha nafasi yake kijamii. Katika mahusiano ya watu maarufu, nanga hizi mara nyingi hulegezwa au hukatwa kabisa. Umaarufu unahitaji kujibuni upya, na kujibuni upya ni rahisi zaidi wakati watu wachache wanakumbuka toleo la awali.

Kwa mwenza, hii inaweza kuhisi kama usaliti bila tukio lolote. Hakuna kitu kilichotokea, hasa. Hakuna mabishano, hakuna usaliti, hakuna kuvunjika waziwazi. Na bado hali imebadilika. Ukaribu ambao hapo awali ulitegemea wasiwasi wa pamoja sasa unashindana na uhakika unaotoka kwingineko—kutoka kwa wasimamizi, mashabiki, vipimo, na makofi.

Wakati pia hubadilika. Kabla ya umaarufu, wakati ni mnyumbufu. Kuna kusubiri, lakini ni kwa pande zote mbili. Baada ya umaarufu, wakati unakuwa adimu, umegawanywa, na umemilikiwa. Upatikanaji—kitu hasa kilichowahi kufafanua uhusiano—unakuwa kifaa cha anasa.

Wenza wengi hukumbuka wakati wa kwanza walipotambua upotevu huu. Simu iliyopigwa bila kujibiwa. Ahadi iliyohairishwa bila kikomo. Mafanikio yaliyosherehekewa bila wao kuwepo. Nyakati hizi ni ndogo, lakini huongezeka. Huashiria mwanzo wa kutokulingana.

Mwanzoni, upendo huhisika kama ushirikiano. Baadaye, huanza kuhisika kama usaidizi.

Tofauti hii ni muhimu. Ushirikiano unadokeza uandishi wa pamoja. Usaidizi unadokeza cheo. Mtu mmoja anasonga mbele; mwingine anaimarisha. Mmoja anajitokeza; mwingine anabaki kuwa msingi na asiyeonekana.

Kinachofanya awamu hii iwe ya maumivu hasa ukitazama nyuma ni kwamba mara nyingi hukumbukwa kama ushahidi kwamba upendo ungeweza kuwepo bila upotoshaji. Mpenzi anajua mtu huyo ana uwezo wa kuwepo kikamilifu, kwa sababu wameishi hivyo. Ujuzi huu unakuwa faraja na mzigo kwa wakati mmoja. Unaendeleza tumaini muda mrefu baada ya hali kubadilika.

Wewe unajiambia kuwa hili ni la muda mfupi. Kwamba mara tu mambo yatakapotulia, mtu uliyempenda atarudi. Kwamba mafanikio yataleta usalama, na usalama utarudisha ukaribu.

Imani hii inaeleweka. Pia, mara chache huwa sahihi.

Umaarufu haiongezi tu mahitaji; hubadilisha mfumo wa thawabu. Umakini huchukua nafasi ya uthibitisho. Kuthibitishwa huchukua nafasi ya udhaifu. Sifa zilizowahi kudumisha ukaribu—kuwepo, shaka, uwazi wa kihisia—zinakuwa mizigo katika mfumo unaothamini kujiamini, tija, na udhibiti.

Wakati wenza wanapotambua mabadiliko haya kikamilifu, mara nyingi huwa wamejitolea sana—sio tu kihisia, bali pia kihistoria. Kuondoka huhisi kama kuacha kitu ulichosaidia kuunda. Kubaki huhisi kama kuheshimu enzi ambayo haipo tena.

Hii ndiyo gharama ya kwanza halisi ya kumpenda mtu mashuhuri: kutambua kwamba toleo la mtu uliyempenda huenda lisidumu kutokana na mafanikio uliyowahi kuyamtakia.

Na kwamba kuwapenda wakati huo hakuhakikishi kupendwa kwa njia ileile sasa.

Sura ya 2: Wakati Ulimwengu Unapoingia Katika Uhusiano

Kunakuwa na siku—wakati mwingine kwa ghafla, wakati mwingine taratibu—ambapo uhusiano hupata hadhira. Inaweza kuwa tangazo la kuigiza, klipu iliyosambaa kwa kasi, msimu wa ubingwa, au albamu iliyovuma. Simu huanza kupigwa na nambari zisizojulikana. Kalenda hujazwa miezi kadhaa kabla. Mustakabali, ambao hapo awali ulifikiriwa kwa tahadhari, hupata kasi na kuwa jambo lisilo na majadiliano.

Wanasosholojia huuita mshtuko wa mabadiliko ya hadhi: mtikisiko unaotokea wakati nafasi ya kijamii ya mtu inapobadilika kwa kasi zaidi kuliko miundo yake ya kisaikolojia inavyoweza kuzoea. Utafiti wa ukaribu huuita jambo rahisi zaidi: kupoteza udhibiti.

Unaanza kuona kwanza katika mipango ya ratiba. Hawakusaili tena; wanakujulisha tu. Mipango hubadilika bila majadiliano. Kukosekana kwao kunatajwa kuwa ni lazima. Mwenzi maarufu anakwambia hili ni la muda, analostahili, na ni gharama ya kupata kasi. Unaambiwa uwe mtetezi.

Usaidizi unakuwa kazi ya kwanza isiyo na malipo.

Mwanzoni, jukumu hili linaonekana la busara. Unataka kusaidia. Unaamini katika ndoto. Unaelewa kujitolea. Lakini masharti mara chache huwekwa wazi. Usaidizi unapanuka kimyakimya, bila ridhaa au malipo. Unajumuisha kazi ya kihisia, kubadilika kwa ratiba, na busara ya umma. Unajifunza ni lini kunyamaza, ni lini kutouliza maswali, ni lini kutoweka kwenye picha.

Uhusiano huanza kuwajumuisha wadau wa nje. Wasimamizi, mawakala, makocha, wanahabari—kila mmoja anakuja na mamlaka na dharura. Lugha yao ni ya kimkakati. Wanazungumzia muda, faida, na taswira. Upendo si jambo lao, isipokuwa linapokuwa na athari kwa utendaji.

Kadiri muda unavyosonga, maamuzi ambayo hapo awali yalikuwa ya wanandoa yanakuwa ya shirika. Mipango ya safari huamriwa.

Mipango ya makazi hujadiliwa kulingana na mikataba. Muda wa pamoja lazima uwe na sababu inayokubalika dhidi ya gharama ya fursa. Ukaribu hauchukuliwi kuwa wa kawaida tena; unapangwa rasmi.

Hili haliwasilishwi kama uingiliaji. Haliwasilishwi kama weledi.

Kwa mwenza aliye nje ya sekta hii, mabadiliko haya yanachanganya. Hakuna mchakato wa kukuingiza, hakuna maelezo ya kanuni. Unajifunza kwa kukosea. Ukiomba muda mwingi mno wa , unatajwa kuwa msadizi. Ukionyesha kutojisikia vizuri, unaambiwa huelewi uzito wa jambo.

Dhamira daima inaongezeka.

Katika mahusiano ya hadhi ya juu, faragha haipotei mara moja. Hupungua kidogo kidogo. Picha iliyochapishwa bila idhini. Hali ya uhusiano kuthibitishwa katika mahojiano. Tuhuma ambayo haihitaji kukanushwa wala kusahihishwa lakini bado hubadilisha jinsi wageni wanavyokutazama.

Mwenzi anakuwa sehemu ya mfumo wa simulizi, awe anakubali au la. Kimya huchukuliwa kama mkakati. Kutokuwepo huchukuliwa kama kutokuwa na utulivu. Kuwepo huchukuliwa kama idhini.

Hakuna msimamo wa kati.

Utafiti kuhusu kuvunjika kwa mipaka unaonyesha kwamba mahitaji ya nje yanapoingia katika uhusiano kinyume, mara nyingi hukatizwa na hasira—sio kwa sababu ya mahitaji yenyewe, bali kwa jinsi yanavyogawanywa. Majitoleo ya mwenzi maarufu huonekana na kusherehekewa. Majitoleo ya mwenzi mwingine hayaonekani na hudhaniwa tu.

Kutokuweka huku mara nyingi huimarishwa kijamii. Marafiki humtakia heri mshirika maarufu. Watu mashuhuri katika fani husifu kujitolea kwake. Mshirika anayesaidia husifiwa tu anapokuwa mtulivu—na hukosolewa anapodai mahitaji yake.

Kadri muda unavyopita, hii husababisha mabadiliko ya madaraka yasiyoonekana wazi lakini ya kudumu. Uhusiano huanza kuzunguka taaluma. Mazungumzo yanahusu ratiba, taswira, na udhibiti wa msongo wa mawazo. Ulinganifu wa kihisia unakuwa na masharti.

Mwenzi maarufu mara nyingi si mkatili. Amelemewa. Anaambiwa—kwa wazi na kwa njia isiyo ya moja kwa moja—kwamba wakati huu ni dhaifu na wa kupita, kwamba mahitaji binafsi lazima yaachewe. Upendo unafafanuliwa kama kitu kinachopaswa kubadilika bila msuguano.

Lakini kuendana kuna mipaka.

Wenza mara nyingi huelezea hisia inayokua ya kuigiza ndani ya uhusiano wenyewe. Hufuatilia miitikio yao. Hujizoeza kuwa na subira. Hujirekebisha ili kuepuka kuwa tatizo lingine la kudhibiti.

Kujirekebisha hili ni ghali. Wataalamu wa saikolojia huuita kujinyamazisha: kukandamiza mahitaji binafsi ili kudumisha utulivu wa uhusiano. Katika uhusiano wa watu mashuhuri na , kujinyamazisha mara nyingi hupata thawabu kwa muda mfupi—kupata ufikiaji, kuwa karibu, kuthibitishwa—lakini kwa muda mrefu huadhibiwa kwa uchovu wa kihisia.

Ulimwengu hauingii tu katika uhusiano. Unaubadilisha muundo wake.

Kile ambacho hapo awali kilionekana kuwa cha pande zote sasa kinaonekana kuwa kinadhibitiwa. Kile ambacho hapo awali kilionekana kuwa cha faragha sasa kinaonekana kuwa cha muda. Hata mzozo hubadilika umbo. Mabishano huahirishwa, hufupishwa, au hutatuliwa kimkakati ili kuepuka usumbufu.

Mwenzi huanza kujiuliza uhusiano huo kwa kweli upo wapi. Je, upo katika nyakati adimu zisizo na ratiba? Katika jumbe zinazotumwa kati ya mikutano? Katika kitanda cha pamoja ambacho mtu mmoja anaendelea kukitoka?

Uhakika huu unakuwa aina yake ya msongo wa mawazo.

Wenza wengi hukumbuka tukio maalum lililoashiria mabadiliko haya: kujifunza kuhusu uamuzi mkubwa kupitia watu wengine;

kugundua taarifa za kibinafsi zikienea hadharani; kutambua kwamba hisia zao zilikuwa zimekuwa mzigo badala ya kipaumbele.

Kuanzia wakati huo, upendo haubaki kuwa hisia tu. Ni kazi.

Na majukumu, yakishapewa, ni vigumu kuyajadili upya.

Hii ndiyo gharama ya pili ya kumpenda mtu maarufu: uhamisho tulivu wa mamlaka—kutoka kwenye uhusiano hadi kwa ulimwengu, kutoka kwenye uamuzi wa pamoja hadi kwenye ridhaa inayosimamiwa.

Kinachofuata si daima kuwa ni kuanguka. Mara nyingi, ni uvumilivu.

Na uvumilivu, unapochukuliwa kimakosa kuwa uaminifu, unaweza kudumu kwa muda mrefu zaidi kuliko upendo.

Sehemu ya II: Kuishi kama Mpenzi Asiyeonekana

Sura ya 3: Kuwa Msaada wa Kiroho

Kumpenda mtu maarufu mara nyingi humaanisha kusimamia mapengo hasi katika maisha yao—mambo ambayo lazima yashikiliwe pamoja ili sehemu zinazoonekana ziweze kung'aa. Unajifunza nambari za safari za ndege kabla ya kujifunza majina ya miji. Unakumbuka mpangilio wa hoteli, siasa za vyumba vya kubadilishia nguo, ratiba za mazoezi, na mizunguko ya ziara. Unakuwa na ufasaha katika midundo ya matarajio na kuporomoka.

Kazi hii haionyeshiwi kama kazi. Inaonekana kama upendo.

Unafuatilia hisia zao kama wengine wanavyofuatilia hali ya hewa. Unatabiri uchovu kabla haujakubaliwa. Unachukua kukasirika ambako hakuna pa kupelekwa nje. Wakati kitu kinapokwenda mrama—kukosa usafiri wa kuunganisha, maoni mabaya, jeraha, onyesho linalokatisha tamaa—mzigo wake unateremka mahali fulani. Mara nyingi, unateremka kwako.

Jukumu hili la kisaikolojia la kusimamia hisia linakua taratibu. Mwanzoni, inahisika kama ukaribu wa dhati kuhitajika kwa njia hii. Wewe ndiye mtu wanayepumzika naye, yule anayeelewa shinikizo bila maelezo. Hata hivyo, kadri muda unavyopita, jukumu hilo linapanuka. Unakuwa kizuizi kati ya mwenza maarufu na madhara ya mipaka yao wenyewe.

Wasaikolojia wakati mwingine huelezea hili kama ukaribu unaobeba mzigo: mpenzi mmoja hubeba mzigo wa kihisia na kivitendo unaomwezesha mwenzake kuendelea kufanya kazi chini ya shinikizo kubwa. Katika mahusiano ya watu mashuhuri, ukosefu huu wa usawa huchukuliwa kuwa wa kawaida na hata kuonekana kuwa wa kimapenzi.

Kukiri hilo waziwazi kungevunja dhana ya kipaji cha mtu mmoja.

Hadithi ya umma inasisitiza mafanikio ya mtu mmoja. Miundo ya msaada—ya kihisia, ya nyumbani, ya kimipango—hufichwa kwa makusudi. Inaifanya hadithi kuwa ngumu. Inaashiria utegemezi. Na utegemezi unadhoofisha njozi ya kujitegemea ambayo umaarufu unategemea.

Wenza wa zamani wa wanamuziki wanaosafiri mara nyingi huelezea miezi ya malezi ya mtoto peke yao bila maneno ya kuelezea. Wanaoshughulikia ratiba za shule, magonjwa, siku za kuzaliwa, migogoro—wakiwa peke yao—huku wakitarajiwa kuwa tayari kihisia licha ya tofauti za saa. Ukosefu wao wa msaada huelezewa upya kama ustahimilivu.

Wanandoa wa wanariadha wa kulipwa huelezea kutoweka kwao kwa vipindi maalum kunachokubalika kama dhabihu. Kambi za mazoezi, mechi za ugenini, vipindi vya kupona—kila kimoja huunda ombwe ambacho lazima kijazwe. Maisha hayaishiwi. Bili hulipwa. Watoto hulelewa. Wazazi wazee hutunzwa. Mwenzi maarufu husifiwa kwa uvumilivu. Mwenzi mwingine anatarajiwa kuvumilia kimya kimya.

Kinachofanya hili kuwa gumu hasa ni kwamba kazi hii ni ya kudumu na ya kulingana na hali. Unakuwa wa lazima wakati mambo hayako shwari na wa kuachwa wakati mambo yanaenda vizuri. Wakati mwenza maarufu anapostawi, kazi yako haionekani. Wakati wanapata shida, uwepo wako unadhaniwa kuwa wa kawaida.

Hii huunda kinyume: kadiri unavyotimiza jukumu hili vyema, ndivyo linavyozidi kutonekana.

Kadiri muda unavyopita, wenza wengi huanza kupata mmomonyoko wa majukumu yao. Rafiki, mpenzi, meneja, mshauri, msaidizi binafsi—mipaka hufifia. Maombi huwasili bila ufahamu wa gharama. Upatikanaji unakuwa ni matarajio badala ya zawadi.

Lugha inayotumika kuhalalisha mabadiliko haya inaonyesha mengi. "Kwa sasa tu." "Huu ni wakati muhimu sana." "Mambo yatakapotulia." Mgogoro daima huwa wa muda, lakini hauwahi kuisha.

Utafiti wa kijamii kuhusu mahusiano ya hadhi ya juu unaonyesha kwamba mmoja wa wenza anapojikita kikamilifu katika kazi yake, utambulisho wa mwenza mwingine mara nyingi hupungua. Mambo yanayovutia huahirishwa. Matamanio hupuuzwa. Maisha yanapangwa kulingana na mwelekeo wa mtu mwingine.

Ufinyu huu ni wa taratibu. Mara chache huhisiwa kama chaguo linaloondolewa. Huhisiwa kama mfululizo wa marekebisho yanayofaa. Kila moja ina mantiki ikiwa peke yake. Pamoja, huunda ufutaji wa kimuundo.

Wenza wengi huelezea wakati wa kwanza walipotambua mabadiliko haya kama jambo la kawaida la ajabu: kusahau tarehe ya mwisho ya kibinafsi, kuacha lengo walilokuwa nalo kwa muda mrefu, kutambua kuwa hawapangi tena mipango isiyozingatia ratiba ya mtu mwingine.

Swali mara chache huwa ni kama unaweza kukabiliana nalo.

Swali si kama unaweza, bali ni kama unapaswa.

Kia utamaduni, kujitoa katika mapenzi husifiwa. Uvumilivu husifiwa. Mwenzi anayevumilia hali husifiwa, lakini kwa nadharia tu. Kuna udadisi mdogo kuhusu gharama.

Katika mahusiano ya watu mashuhuri, kujitolea si kwa pande zote mbili. Mtu mmoja hutoa muda na faragha yake; mwingine hutoa uhuru na kutambuliwa. Mabadilishano hayo si sawa, hata wakati upendo bado upo.

Kutoendana huku mara nyingi hujitokeza wakati wa nyakati za mgogoro. Kuchoka kupita kiasi, ugonjwa, kujitenga kihisia—haya hayatendwi kama ishara za onyo bali kama usumbufu unaopaswa kudhibitiwa. Mwenzi anatarajiwa kujidhibiti ili mfumo uendelee kufanya kazi.

Chuki hukua si kutokana na ukosefu wa upendo, bali kutokana na ukosefu wa kujibadilishana.

Baadhi ya wenza hujaribu kujadiliana upya. Wanaomba mipaka iliyo wazi zaidi, uwajibikaji wa pamoja, na kutambuliwa. Maombi haya mara nyingi huchukuliwa kama vitisho kwa utulivu. Mwenzi maarufu, aliyezoea shinikizo la nje, anaweza kuhisi maombi ya ndani kama mzigo wa ziada.

Wengine hawaiulizi kabisa. Wanajijengea jukumu hilo ndani. Wanakuwa na ufanisi. Hawoonekani. Ni wa lazima.

Kutokuonekana huku si kwa bahati mbaya. Kunathibitishwa kimuundo na sekta zinazofaidika na utendaji usiokatizwa. Kazi ya kihisia haionekani kwenye mikataba. Uthabiti wa maisha ya nyumbani hautambuliwi katika hotuba za utoaji tuzo.

Kadiri muda unavyopita, hisia ya mpenzi kuhusu nafsi yake huanza kuvunjika vipande vipande. Hupata umahiri mkubwa katika kusimamia maisha ya mtu mwingine na huendelea kujitenga na maisha yao wenyewe. Uchovu unakuwa jambo la kawaida. Upweke unakuwa wa kawaida.

Hii ndiyo gharama ya tatu ya kumpenda mtu maarufu: kuwa miundombinu badala ya mshiriki.

Huwezi tena kuwa tu katika uhusiano.

Unadumisha masharti yanayoruhusu hilo—na kila kitu kingine—kuendelea.

Sura ya 4: Faragha Ndiyo Mhanga wa Kwanza

Faragha mara chache hutoweka ghafla. Hupungua kimyakimya, karibu kwa heshima. Kwanza, huwa kuna picha—zisizo wazi, zilizopigwa vibaya, zilizopigwa ukiwa mbali. Kisha huwa na uvumi. Kisha dhana zinazoganda na kuwa maoni ya pamoja. Unapotambua kuwa faragha imetoweka, tayari imeshabadilishwa na toleo la maisha yako linalosambaa bila idhini yako.

Chakula cha jioni kinakuwa "usiku wa miadi." Kutokuwepo kunakuwa "mgogoro." Taswira ya uso isiyo na hisia inakuwa ushahidi.

Unajifunza haraka kwamba muktadha hauna umuhimu. Maelezo ya kina hayaeleweki vizuri. Kilicho muhimu ni kasi ya simulizi—spidi ambayo hadithi inaweza kueleweka, kusambazwa, na kuimarishwa. Kitu chochote kisicho wazi kitasuluhishwa na wageni.

Uhusiano haupotezi tu faragha; unakuwa wazi kwa watu ambao hawajawahi kukutana nawe.

Mwanzoni, kufichuliwa huku kunaweza kuhisi kuwa si halisi. Hadithi ni kuhusu "vyanzo," "watu wa ndani," "mashabiki." Unajiambia kwamba hakuna anayekujua kweli. Lakini urudiaji huipa ufahamu mamlaka yake mwenyewe. Baada ya muda, toleo la umma la uhusiano wako linaanza kuhisi halisi zaidi kwa wengine kuliko jinsi ule wa faragha unavyohisi kwako.

Mabadiliko haya huunda hali ya kuwa macho kila wakati. Unasimamia hisia zako unapo kuwa mahali pa umma. Unajifunza jinsi ya kutembea kando ya mtu bila kuonekana mbali au kana kwamba unaigiza. Unapima upendo wako—mche mdogo huchochea uvumi, mwingi huchochea dhihaka.

Hunaishi tena uhusiano huo tu.

Unasimamia jinsi inavyoonekana.

Kimya kinakuwa ustadi wa kuishi. Unajenga kanuni ndani yako kwamba chochote kinachotokea faraghani hakipaswi kamwe kuukwamisha mkasa wa hadharani. Migogoro hudhibitiwa. Huzuni huahirishwa. Hasira huelekezwa ndani.

Wanasaikolojia huuita usimamizi wa dhana: udhibiti wa makusudi au usio wa makusudi wa tabia ili kuathiri jinsi mtu anavyoonekana. Katika mahusiano ya watu maarufu, usimamizi wa dhana si hiari. Ni kimuundo.

Kinachofanya hili kuwa hatari zaidi ni kwamba sheria hazina msimamo. Unatarajiwa kuonekana halisi, lakini si wa kusumbua. Wazi, lakini si mchokozi. Upepo, lakini si wa kukengeusha.

Uwezekano wa kukosea ni mdogo.

Wenza mara nyingi huelezea mara ya kwanza walipotambua kuwa maisha yao ya kihisia yamekuwa mali ya umma. Tetesi ya kuachana iliyotokana na kutokea kwao pamoja kwa muda mrefu. Mimba iliyodhaniwa kutokana na mavazi waliyovaa. Kutoelewana kwa faragha kulichukuliwa kama kashfa.

Mshtuko siyo tu kufichuliwa. Ni kutambua vibaya.

Watu usiokuwa nao huamini wanajua kinachoendelea—na kwa nini. Ujasiri wao haushikiki kwa marekebisho. Jaribio la kufafanua linapuuzwa kama udhibiti wa madhara. Kimya huchukuliwa kama uthibitisho.

Kadiri muda unavyopita, mazingira haya hubadilisha tabia. Unatabiri tafsiri kabla ya kutenda. Unachagua maneno si kwa ajili ya ukweli, bali kwa usalama. Unaanza kuona maisha yako kama kitu kinachotazamwa.

Ufuatiliaji huu si wa kudumu, lakini hauotabiriki. Na kutotabirika ndiko kunakofanya iwe ya kuchosha.

Mwenzi maarufu mara nyingi huwa na uwezo mkubwa zaidi wa kukabiliana na hali hii. Hupata mafunzo ya vyombo vya habari. Huwapewa ushauri kuhusu msimamo, matumizi ya maneno, na wakati mwafaka. Hujifunza jinsi ya kutenganisha utambulisho wao wa umma na ule wa faragha.

Mwenzi mwingine hujifunza isivyo rasmi—na mara nyingi kwa maumivu.

Makosa hukumbukwa kwa muda mrefu zaidi. Upotovu huchunguzwa kwa makini. Mwitikio wa kihisia ambao usingeonekana kuwa wa maana katika maisha ya faragha unakuwa na umuhimu.

Upungufu huu wa usawa huongeza upweke. Mwenzi anaweza kuhisi hawezi kuzungumza kwa uhuru hata ndani ya uhusiano, akijua kwamba chochote anachosema kinaweza hatimaye kusambaa hadi nje. Uaminifu unakuwa mgumu—sio kwa sababu ya usaliti, bali kwa sababu ya kufichuliwa.

Baadhi ya wanandoa hujibu kwa kujihami. Hupunguza maisha yao. Hewaepuka maeneo ya umma. Hujitenga kijamii. Faragha hulindwa kwa kutokuwepo.

Wengine hujaribu kudhibiti. Huweka maonyesho yao. Huchagua picha zao. Hushiriki katika simulizi ili kulielekeza.

Mikakati yote miwili ina gharama.

Kujihami kunaweza kuhisi kama kufutwa. Udhibiti unaweza kuhisi kama ushirika katika uhalifu. Hakuna kati ya hizi inayorejesha faragha ya kweli.

Matokeo hatari zaidi ni ya ndani. Maisha ya faragha yanapowekwa chini ya mtazamo wa umma kila mara, uhalisia wa hisia unakuwa hatari. Unaanza kutilia shaka hisia zako mwenyewe. Je, umekasirika kwa sababu kuna kitu kibaya—au kwa sababu umechoka kujifanya hakuna kinachoendelea?

Kutokuwa na uhakika huku kunapenya katika ukaribu. Mazungumzo huchujwa. Migogoroeahirishwa. Kuwa mnyofu huhisiwa kuwa hatari wakati kufichuka daima kunawezekana.

Uhusiano unakuwa wa kuigiza hata ukiwa mbali na jukwaa.

Hakuna mpaka dhahiri kati ya umma na faragha, bali ni viwango tofauti vya kuficha. Upendo unaendelea, lakini chini ya vizuizi.

Hii ndiyo gharama ya nne ya kumpenda mtu maarufu: upotevu wa maisha yasiyotazamwa.

Bila faragha, ukaribu huwa dhaifu. Upepo, lakini hauwezi kujitokeza kikamilifu. Kila wakati hubeba mzigo wa tafsiri inayowezekana.

Na wakati uhusiano unalazimika kujieleza kila mara kwa wageni, polepole husahau jinsi ya kuzungumza kwa uaminifu wenyewe.

Sehemu ya III: Masomo ya Kesi — Upendo Chini ya Darubini

Sura ya 5: Beyoncé na Jay-Z — Utaratibu wa Marekebisho

Wakati Lemonade ilipotoka kwa mara ya kwanza mwaka 2016, haikuja tu kama albamu bali kama tukio. Wakosoaji waliisifu kama alama muhimu ya ukombozi wa wanawake, tathmini ya kitamaduni, na urejeshaji wa sauti. Ilifunzwa, ikanukuliwa, na kufumbuliwa. Kilichojadiliwa kidogo—angalau kwa uwazi—ni maana ya kubadilisha mpasuko wa ndoa kuwa bidhaa ya matumizi ya umma.

Kazi hiyo haikukanusha usaliti. Iliuonesha kwa urembo. Hasira ilipambwa, huzuni ilikuwa ya kisinema, upatanisho ulikuwa na masharti na wa kifalme. Kwa kufanya hivyo, Beyoncé alitumia kiwango cha udhibiti wa simulizi ambacho wanawake wachache—watu maarufu au la—hupewa. Hata hivyo, udhibiti, hata ukiwa bora zaidi, haufuti gharama.

Lemonade ilifanya kazi katika ngazi nyingi kwa wakati mmoja: kama sanaa, kama toba, kama kuweka mipaka, kama kuimarisha chapa. Iliwaruhusu maumivu kuwepo bila kuomba radhi, lakini tu ndani ya fremu iliyoundwa kwa umakini mkubwa. Kila picha, kila beti, kila mshirika walichangia katika hadithi iliyohisika kuwa mbichi huku ikisalia kuwa ya mwandishi.

Tofauti hii ni muhimu. Uhalisia si sawa na uwazi. Uwazi ni kitu kisichodhibitiwa. Lemonade haikuwa uwazi; ilikuwa ni utawala.

Jibu la baadaye la Jay-Z katika 4:44 lilifafanua upya usaliti kama somo la ukosefu wa elimu ya hisia. Alizungumzia mifumo ya kurithi, kushindwa kibinafsi, na uwajibikaji. Ukuaji ukawa funzo la hadithi. Umma ulipongeza ukomavu, udhaifu, na uhai.

Kilichobaki kisionekane sana ni kazi iliyohitajika ili kupona chini ya uangalizi.

Kwa wanandoa wengi, urekebishaji hufanyika faraghani. Hufanyika kwa njia isiyo sawa, inajirudia, na haikamiliki. Hujumuisha kurudi nyuma, chuki, na vipindi virefu ambapo uwazi haupo. Kwa wanandoa maarufu, urekebishaji unakuwa onyesho. Msamaha unakuwa kama mchezo uliopangwa. Hata maumivu lazima yawe kama yalivyopangwa.

Marekani ya wanandoa hao haikuendelea kama mchakato bali kama mfululizo: mpasuko, tathmini, na urejesho. Kila hatua ilikuwa wazi, ya kuridhisha kimahaba, na inayoweza kutumika kibiashara k . Watu walialikwa si tu kushuhudia uponyaji, bali pia kuukubali.

Idhini hii ni muhimu zaidi kuliko inavyoonekana. Katika mahusiano ya hadhi ya juu, uthibitisho wa umma unaweza kutumika kama msaada wa utulivu kutoka nje. Huwapa uhakika mashabiki, hulinda thamani ya chapa, na huashiria utatuzi. Lakini pia hupunguza muda. Uponyaji unatarajiwa kuendelea kulingana na ratiba.

Kuna uvumilivu mdogo kwa utata.

Matarajio ya hitimisho la simulizi huweka shinikizo kubwa sana kwenye ukaribu. Maswali lazima yajibiwe kwa uamuzi. Mgogoro lazima ubadilike kuwa hekima. Maumivu lazima yawe na tija. Uhusiano hauruhusiwi kubaki katika hali ya sintofahamu, kwa sababu sintofahamu hudhoofisha mshikamano.

Katika muktadha huu, msamaha si wa kihisia tu—ni wa kuonyeshwa. Lazima uonekane vya kutosha ili uaminike na uwe na udhibiti ili uendelee kuwa na heshima. Lazima uashirie nguvu bila kualika uchunguzi. Lazima urejeshe usawa.

Kwa mpenzi asiye na nguvu sana katika upatanisho wowote wa watu maarufu, mwingiliano huu unaweza kuwa na vikwazo hasa. Huruma ya umma ina masharti. Hasira ina muda wake wa kuisha. Kuendelea kuumizwa kuna hatari ya kuchukuliwa kama uchungu badala ya kuwa ni kuweka mipaka.

Kile ambacho Lemonade kinaonyesha si uwezeshaji pekee, bali mzigo mkubwa wa kusimulia maumivu ya moyo wa mtu mwenyewe kwa kiwango kikubwa. Ujuzi wa Beyoncé unatokana na uwezo wake wa kugeuza kuvunjika kuwa uandishi. Lakini uandishi wenyewe ni kazi—na si kazi zote zinaponya.

Watu mara nyingi huchanganya ufafanuzi na utatuzi. Kwa sababu maumivu yameelezewa kwa uzuri, inadhaniwa yametatuliwa kikamilifu. Kwa sababu ukuaji umeitambuliwa hadharani, inadhaniwa umekamilika.

Dhana hii inafuta asili ya uendelevu wa urekebishaji.

Katika mahusiano ya faragha, urekebishaji hauhitimishwa kwa makofi. Huendelea kimya kimya, mara nyingi bila kuonekana, muda mrefu baada ya tathmini ya awali. Katika mahusiano ya umma, kuendelea kuna hatari ya kuchosha. Mashabiki wanataka hitimisho. Chapa zinataka utulivu. Soko hupendelea upatanisho kuliko sintofahamu.

Kwa hivyo, mpangilio wa matengenezo unahudumia mabwana wengi: ukweli wa kihisia, matarajio ya umma, na mshikamano wa kibiashara. Kusimamia haya yote kwa wakati mmoja kunahitaji nidhamu, kuzuia, na kujitathmini kila mara.

Hata ukimya unakuwa wa kimkakati.

Ni muhimu kutambua kwamba hakuna chochote kati ya haya kinachofanya upatanisho kuwa wa uongo. Wanandoa wanaweza na hujenga upya baada ya usaliti. Sanaa inaweza na husaidia katika uponyaji. Kinachobadilika kutokana na umaarufu siyo dhati ya jitihada, bali ni masharti yanayozizunguka.

Chini ya uangalizi mkali, ni nadra sana ukaribu kuruhusiwa kubaki usiokamilika. Uhusiano lazima utatuliwe kikamilifu—kwa ajili ya urithi, kwa ajili ya simulizi, kwa ajili ya mashabiki.

Mahitaji haya ya suluhu yanaweza kuleta utulivu kwa muda mfupi na kuzuia kwa muda mrefu. Yanakatisha tamaa kujirudia vidonda. Yanapendelea kusonga mbele kuliko kutafakari. Yanazawadia utulivu.

Kwa wale wanaotazama kutoka nje, hadithi hii hutoa msukumo. Kwa wale wanaoishi ndani yake, gharama inaendelea.

Kumpenda mtu mashuhuri mara nyingi humaanisha kukubali kwamba hata nyakati zako mbaya zaidi zinaweza kupangwa na kuonekana kama ubora. Kwamba maumivu yanaweza kubadilishwa na kuwa na maana kabla hata hayajapita kikamilifu. Kwamba ukaribu, ukishirikishwa na ulimwengu, hauwezi kamwe kurudi kikamilifu katika maisha ya faragha.

Hii ndiyo gharama ya tano: kurekebisha bila kimbilio.

Uponyaji unaopaswa kubaki wazi ni uponyaji unaopaswa kubaki usio kamili.

Sura ya 6: Princess Diana — Kupenda Taasisi

Hadithi ya Princess Diana imesimuliwa mara nyingi sana kiasi kwamba inahatarisha kuwa ngano badala ya kubaki kuwa onyo. Anakumbukwa kama mrembo, dhaifu, mwenye huruma, wa kusikitisha—mhusika aliyepoteza undani kutokana na kurudiwa-rudiwa. Kinachochunguzwa mara chache ni maisha yake kama mfano halisi wa kile kinachotokea ukaribu unapogongana si tu na umaarufu, bali pia na nguvu za taasisi.

Diana hakufunga ndoa na Prince Charles tu. Alifunga ndoa na Taji—mfumo mkongwe kuliko hisia, ulioundwa kwa ajili ya mwendelezo badala ya uhusiano wa pande zote. Tangu mwanzo, jukumu lake lilifafanuliwa hadharani na faraghani bila ridhaa yake. Alipaswa kuonekana, kutii, kunyamaza, na kuwa mkarimu bila kikomo. Alipaswa kuvumilia shinikizo bila kulirejesha.

Upweke wake haukuwa wa bahati mbaya.

Ilikuwa kimuundo.

Tofauti na mahusiano ya watu maarufu yanayojengwa juu ya taaluma, ufalme haujengi tu faida kutokana na simulizi—unailazimisha. Taasisi hii hudumu kupitia utulivu uliopangwa kimila. Furaha ya mtu binafsi haina umuhimu isipokuwa inaimarisha uhalali. Katika muktadha huu, ndoa si kwanza kabisa uhusiano; ni kazi.

Diana aliingia katika mfumo huu akiwa mchanga, asiye na uzoefu, na asiyejiandaa kihisia kwa kiwango cha kujifutia kinachohitajika. Hakufundishwa kuhusu mamlaka; alifundishwa kuhusu maonyesho. Thamani yake ilikuwa katika ishara—ujana, urembo, uwezo wa kuzaa, na urahisi wa kupatikana. Sifa hizi zilisherehekewa hadharani huku maisha yake ya ndani yakipuuzwa faraghani.

Kila hisia ya kutokuwa na uhakika aliyoionyesha ikawa ni mzigo. Kila hitaji lake lilionyeshwa kama udhaifu. Mabadiliko yake ya ghafla ya hisia—ambayo baadaye yalichukuliwa kama ugonjwa—yalichukuliwa kama kushindwa kwake binafsi badala ya mwitikio uliokuwa unatarajiwa. Kulikuwa na udadisi mdogo kuhusu kile ambacho upweke sugu, ufuatiliaji, na kufutwa kingeweza kumfanyia mtu.

Utiifu mkuu wa Charles haukuwa kwa Diana, bali kwa ukoo, mila, na yale yasiyoepukika. Uhusiano wake wa kihisia ulianza kabla ya ndoa na ulidumu baada yake. Upendo, katika mpangilio huu, daima ulikuwa wa pili.

Mfumo huu wa cheo haukuwa na utata kamwe.

Kinachofanya mateso ya Diana kuwa ya mafunzo hasa ni kwamba yalitokea waziwazi. Dunia iliamini ilimfahamu. Wapiga picha maarufu walirekodi udhaifu wake bila kuchoka—hisia zake, ishara zake, nyakati zake za dhiki iliyoonekana. Wakati huo huo, taasisi ilikanusha uhalali wa dhiki hiyo.

Alibaki wazi kihisia bila kulindwa kihisia.

Mchanganyiko huu ni wa kipekee unaotatiza utulivu. Utafiti wa kisaikolojia unaonyesha mara kwa mara kwamba udhaifu bila usalama huleta aibu badala ya uponyaji. Kuonekana kwa Diana kuliongeza maumivu yake huku kutoleta mahali pa kujificha. Alionekana kila mahali lakini hakupata msaada popote.

Jitihada zake za kujitetea ziliadhibiwa. Alipozungumza waziwazi—hasa katika mahojiano ya Panorama—alikosolewa si kwa kuto kuwa sahihi, bali kwa kutofaa. Suala halikuwa kama alikuwa anasema ukweli. Ilikuwa ni kwamba aliusema kabisa.

Katika taasisi zilizojengwa juu ya ukimya, kusema ukweli huchukuliwa kama usaliti.

Matatizo ya ulaji ya Diana, sonona, na kujidhuru vilichukuliwa kama mapungufu yake binafsi badala ya matokeo ya kimfumo. Mtazamo huu ulikuwa na lengo lake. Ulinilinda taasisi kwa kutenga dosari ndani ya mtu mmoja. Ikiwa Diana hakuwa imara, mfumo ulibaki imara.

Mfumo huu hurudiwa katika mahusiano mengi yanayohusiana na umaarufu. Wakati mamlaka imekusanywa mahali pamoja, mwenzi anayepata shida mara nyingi huchukuliwa kuwa mgumu, anayetaka mengi, au asiye imara. Madhara ya kimfumo huchukuliwa kuwa ya mtu binafsi. Wajibu wa kuwajibika huhamishwa.

Kinachotofautisha kisa cha Diana ni ukubwa wake. Mamlaka ya ufalme haikumwacha na nguvu yoyote ya kujitetea. Hakukuwa na majadiliano, hakukuwa na njia ya kutoka bila madhara. Hata kuachana kulihitaji idhini ya taasisi. Malezi, usalama, maneno—hakuna kitu kilichokuwa chake kikamilifu.

Upendo, ukinyimwa uwezo wa kuchukua hatua, unageuka kuwa uvumilivu.

Uhisani wa Diana hadharani—upendo wake, utayari wake wa kugusa, wa kuungana—mara nyingi ulitafsiriwa kama ukarimu wa kihisia. Mara chache hutambuliwa kama mkakati wa kuishi. Uhusiano ulikuwa mojawapo ya nafasi chache ambapo bado angeweza kupata mwingiliano.

Kinaya ni kwamba matendo haya ya ubinadamu hatimaye yalitetemesha taasisi iliyomzuia. Kwa kusisitiza uhalisi wa kihisia, alifichua ukosefu wa uelewa wa hisia wa mfumo wa ufalme. Umma ulimwabudu si licha ya udhaifu wake, bali kwa sababu yake.

Hata hivyo, upendo huo haukugeuka kuwa ulinzi.

Baada ya talaka yake, Diana alipata uhuru wa jina tu lakini akapoteza makazi ya kitaasisi. Shinikizo la wapiga picha lilikuwa kubwa zaidi. Uchunguzi ulikuwa na fujo zaidi, na usiodhibitiwa. Hakuwa tena amezuiwa, lakini bado alikuwa akitumika.

Kifo chake kililazimisha tathmini ya pamoja—fupi, ya kihisia, isiyo na ufumbuzi. Huzuni ilitanda, lakini maswali ya kimuundo hayakuguswa kwa kiasi kikubwa. Taasisi ilihimili mshtuko huo na kuendelea.

Maisha ya Diana yanaonyesha toleo kali zaidi la hali ambayo wenza wengi wa watu mashuhuri huitambua: kumpenda mtu ambaye dhamira yake ya kwanza na ya kudumu ni madaraka yenyewe.

Wakati umaarufu ni wa kitaasisi, mwenzi haupotezi tu faragha. Hupoteza ushawishi kabisa. Mahitaji huwa kero. Mipaka huwa ni uasi. Kuonekana kunachukua nafasi ya sauti.

Hii ndiyo gharama ya sita ya kumpenda mtu maarufu: ukaribu bila uhuru.

Upendo unaweza kustahimili ukosefu wa usawa kwa muda. Hauwezi kustahimili kufutwa kabisa milele.

Hadithi ya Diana inadumu si kwa sababu ni ya kipekee, bali kwa sababu inafichua—kwa uwazi unaouma—kinachotokea mwanadamu anapoombwa kujidhinisha ili taasisi iendelee kuwa kubwa.

Sura ya 7: Nicole Kidman na Tom Cruise — Utulivu Baada ya Kubadilishwa

Wakati wa ndoa yake na Tom Cruise, Nicole Kidman mara kwa mara alionekana kama mpenzi msaidizi wa mmoja wa wanaume wenye nguvu zaidi Hollywood. Ingawa tayari alikuwa mwigizaji mahiri, utambulisho wake wa umma mara kwa mara ulihusishwa na umaarufu wake. Mahojiano yalilenga uhusiano wao. Picha zilisisitiza ukaribu. Uwepo wake ulitafsiriwa kama muktadha na si maudhui.

Uwasilishaji huu haukuwa wa bahati mbaya. Hollywood kwa muda mrefu imepanga umaarufu kwa ngazi, ikiwapa uzito wa kisimulizi idadi ndogo ya watu wenye ushawishi mkubwa. Wenza—hasa wanawake—mara nyingi huingizwa katika mvuto huo, mafanikio yao yakitambuliwa tu mradi tu hawashindani.

Wakati Kidman na Cruise walipata talaka mwaka 2001, kutengana kwao kulikuwa kwa haraka, kusikotabirika, na kulielezwa upande mmoja. Cruise aliendelea mbele hadharani kwa urahisi, kazi yake haikukatizwa, na taswira yake ilibaki imara. Kidman alijiondoa. Hakukuwa na mahojiano ya kujieleza, hakukuwa na hasira iliyo dhahiri, hakukuwa na tathmini ya hadharani.

Ukimya ulijaza nafasi ambayo maelezo yangeweza kuwa.

Wakati huo, vyombo vya habari vilichukulia mgawanyiko huo kama jambo lisiloepukika. Tofauti zilitajwa kwa ukungu. Hadithi iliendelea kwa kasi. Kilichochunguzwa mara chache ni kile kilichomfuatia mwenza asiye na nguvu sana: maisha ya baada ya kufutwa.

Talaka huishia ndoa, lakini haiondoi ukosefu wa usawa.

Katika utamaduni wa watu mashuhuri, mwenza mwenye mamlaka kubwa zaidi ya kitaasisi mara nyingi ndiye anayedhibiti mwendo wa hisia. Yeye huamua ni lini uhusiano unaisha, ni lini maombolezo yanatambuliwa, na ni lini uponyaji unaruhusiwa kuonekana. Mwenza mwingine hubaki kushughulikia hisia zake faraghani huku simulizi la umma likiendelea.

Ukimya wa Kidman ulitafsiriwa sana kama udhaifu au kujiondoa. Kwa kweli, ulifanya kazi kama kujiondoa kwa lazima kutoka kwa mfumo uliomfafanua kwa uhusiano wake badala ya kibinafsi. Kutokuwepo kwake kulikuwa ni kujikinga.

Wanasaikolojia huelezea awamu hii kama urejeshaji wa utambulisho chini ya vikwazo: ujenzi upya wa taratibu wa nafsi baada ya muda mrefu wa kutawaliwa na simulizi la mwingine. Mara chache huwa na mvuto. Huashiriwa na kusita, majaribio, na umbali kutoka kwa mazingira yaliyolazimisha kufutwa.

Urekebishaji wa Kidman haukutokea kupitia taarifa au maonyesho ya kuvutia. Ulitokea kidogo kidogo—kupitia uteuzi wa nafasi za kuigiza, kupitia kutengana kimaumbile na kijiografia, kupitia kuchukua hatari za ubunifu zilizokataa kulinganishwa.

Uigizaji wake katika miaka iliyofuata talaka ulikuwa wa ndani hasa. Wahusika walikuwa changamano, wamejeruhiwa, na wenye utata. Kazi hiyo ilidokeza si mporomoko, bali uchakataji.

Ni baadaye sana ndipo alipozungumza hadharani kuhusu athari za kihisia za mwisho wa ndoa hiyo. Wakati huo, dharura ilikuwa imepita. Hadithi ilikuwa imetulia. Tafakari zake zilitokea bila kudai kuthibitishwa.

Muda huu ni muhimu. Kuzungumza mapema mno kuna hatari ya kupotosha. Kuzungumza kuchelewa mno kuna hatari ya kuwa haifai. Mwenzi asiye na nguvu sana mara chache ndiye anayedhibiti dirisha hili.

Tofauti kati ya mwendelezo wa umma wa Cruise na ujenzi upya wa faragha wa Kidman inaonyesha ukosefu wa uwiano wa kawaida. Ubadilishaji hutokea haraka kwa wale wenye hadhi. Wanajumuishwa katika miradi mipya, mahusiano mapya, simulizi mpya. Mfumo huzawadia mwendo wa mbele.

Kwa mwenza aliyeachwa, uzoefu huwa tulivu na mrefu zaidi. Upotevu si wa kimahusiano tu, bali pia ni wa kiishara. Historia iliyoshirikiwa huandikwa upya bila wewe. Nafasi uliyokuwa nayo hupotea.

Ubadilishaji huongeza kufutwa.

Kinachofuata si mara zote ni huzuni kwa maana ya kawaida. Ni kuchanganyikiwa. Huwezi tena kuwa karibu na utambulisho uliokuwa msingi wa jinsi ulivyoonekana. Lazima ujifunze kuwepo bila msingi wa kurejelewa.

Kufufuka kwa Kidman hatimaye kunasimama kama ushahidi kwamba kupona kunawezekana—lakini pia kwamba mara nyingi hutokea mbali na mwangaza wa umma uliokuweka wazi utambulisho wako. Kujibuni upya kulihitaji umbali na mvuto wa hadithi ambayo hakukuwa mwandishi wake.

Mafanikio yake ya baadaye hayakuelezewa kama urejeo, bali kama mwendelezo—ushahidi kwamba kipaji chake hakijawahi kutegemea ukaribu. Hata hivyo, ucheleweshaji kati ya kutengana na kutambuliwa unaonyesha ni muda gani unaweza kuchukua ili kufutwa jina kuondoke.

Mwenendo huu hujirudia katika mahusiano ya watu mashuhuri. Mwenzi mwenye mamlaka ya kitaasisi huendelea mbele hadharani, akipewa nguvu na upatikanaji wa fursa na kasi. Mwenzi mwingine lazima ajenge upya ndani kabla ya kuweza kujitokeza tena hadharani.

Gharama ni muda.

Muda bila maelezo. Muda bila hadhira. Muda wa kujijenga upya ili kujielewa tena.

Hii ndiyo gharama ya saba ya kumpenda mtu maarufu: ukimya baada ya kuchukuliwa nafasi.

Kupona kunawezekana. Utambulisho unaweza kudaiwa tena. Lakini mara chache hutokea katika mpangilio wa muda ambao umma unatarajia—au unaruhusu.

Na ukimya unaofuata baada ya kutengana si utupu. Ni kazi.

Sura ya 8: Jennifer Aniston, Brad Pitt, na Utumwa wa Hadithi

Machiache chache ya watu mashuhuri huonyesha utumwa wa hadithi za umma kwa uwazi kama ule wa Jennifer Aniston na Brad Pitt. Ndoa yao ilitangazwa kama mfano bora wa Marekani—maridadi, yenye mafanikio, na inayopendeka kwa urahisi. Ilitumika kama uthibitisho: ilionekana kwamba umaarufu haukuhitaji kuharibu maisha ya kawaida. Uhusiano huo ulipoisha, kuvunjika kwake kuligeuka kuwa jambo linalovuma sana kitamaduni, likirudiwa-rudiwa bila kikomo kama tamthilia ya kimaadili.

Aniston alichukuliwa kama mwanamke aliyetelekezwa. Pitt alionyeshwa kama msanii asiye na utulivu. Angelina Jolie akawa mvurugaji wa hadithi. Pembetatu hii iliyorahisishwa ilikuwa rahisi kumeza na inaweza kuendelezwa bila kikomo. Pia ilificha ukweli wenye maana zaidi: Aniston hakuwapoteza tu ndoa, bali pia udhibiti wa hadithi yake mwenyewe.

Utamaduni wa watu mashuhuri unategemea uwazi wa simulizi. Mwisho tata hufanywa kuwa wa mifano ya kimsingi. Ni lazima mtu afanywe dhuluma, mtu afanye utafutaji, mtu alazimike kulaumiwa. Nafasi hizi, pindi zinapogawiwa, ni vigumu kutoroka.

Kwa Aniston, jukumu lilikuwa ni huzuni yenye msimamo mwema.

Katika miaka iliyofuata talaka hiyo, mahojiano naye yalijikita kwenye mada zilezile. Aliulizwa aeleze maumivu yake, ustahimilivu wake, maamuzi yake ya uzazi, na afya yake ya kihisia. Maswali yaliulizwa kwa msimamo wa kujali lakini yalikuwa ni njia ya kumzuia. Maisha yake binafsi yaligeuka kuwa mzunguko ambao hakuweza kuutoka.

Haijalishi mradi ulikuwa gani, haijalishi mafanikio yalikuwa yapi, hadithi ilirudi kwenye upotevu.

Ujirudiaji huu ni sifa kuu ya utumwa wa kisa. Mhusika huruhusiwa kuzungumza, lakini tu ndani ya mipaka iliyowekwa awali. Kupotoka kunakatazwa. Uchovu huchukuliwa kimakosa kuwa uchungu. Faragha huchukuliwa kama kuepuka.

Majibu ya Aniston yalikuwa ya kiasi, mara nyingi ya ukarimu. Alikataa kuonekana kama mhalifu. Alikataa kuigiza hasira. Kiasi hiki kilisifiwa—kisha kikageuzwa kuwa silaha. Kwa sababu alibaki mtulivu, hadithi haikuendelea. Hakukuwa na mgogoro wa kutosha kulazimisha marekebisho.

Pitt, kinyume chake, aliruhusiwa kubadilika. Hadithi yake ilipanuka. Alitafuta ushirikiano mpya, utambulisho mpya, na mwelekeo mpya. Maisha yake ya ndani yalichukuliwa kuwa na mabadiliko. Yake ya kike yalichukuliwa kuwa yasiyobadilika.

Tofauti hii inaonyesha jinsi simulizi za watu mashuhuri zinavyoshikamana tofauti kulingana na nguvu na jinsia. Mwenzi anayeonekana kuachwa nyuma anakuwa kituo kisichobadilika—rejea badala ya mhusika mkuu.

Kinachofanya utumwa wa simulizi kuwa mbovu zaidi ni kwamba unaendelea hata baada ya suluhu ya kihisia. Hata wakati Aniston alipokuwa akijenga upya maisha yake kwa faragha, umma ulisisitiza kuuliza maswali yale yale. Ilidhaniwa kuwa uponyaji haukukamilika isipokuwa kama ulisimuliwa hadharani.

Kisaikolojia, hii huunda aina ya kusimamishwa kwa muda. Unatarajiwa kubaki wazi kihisia kwa toleo lako la zamani ili wengine waendelee kufikia hadithi hiyo.

Matarajio haya yanachosha.

Ukosefu wa watoto wa Aniston, uliochunguzwa sana, ulikuwa ni upanuzi wa kipekee na wa kuingilia sana wa utumwani huu. Udhani uliwasilishwa kama udadisi, huruma, na kujali. Kihalisi, uliimarisha wazo kwamba thamani yake—na huzuni yake—vilikuwa mali ya umma.

Mwili wake ukawa ushahidi wa simulizi.

Ukatili wa mkazo huu haukutambuliwa mara kwa mara. Maswali yalifanywa ya kawaida kwa kurudiarudia. Kila mahojiano mapya lilifungua tena kidonda cha zamani—sio kwa sababu kidonda hicho hakikuwa kimepona, bali kwa sababu umma ulikataa kuliacha kife.

Utekaji wa simulizi hufanikiwa kwa msingi wa uzoefu. Watu hurudi kwenye hadithi wanazozifahamu. Taasisi za vyombo vya habari hufaidi kutokana na mwendelezo. Mhusika ndiye anayebeba gharama.

Kazi ya Aniston katika kipindi hiki mara nyingi ilielezewa kuwa thabiti badala ya kupanuka—upungufu mdogo ulioakisi kikwazo cha simulizi. Uthabiti ulichukuliwa kama kukosekana kwa maendeleo. Faragha ilichukuliwa kama kutokuwepo.

Hata hivyo, ndani ya vizingiti hivi, aliendelea kufanya kazi, kujenga mahusiano, na kufafanua upya kuridhika kwa mujibu wa masharti yake mwenyewe. Kazi hiyo ilikuwa kimya. Haikujitangaza kama mabadiliko.

Miaka kadhaa baadaye ndipo mazungumzo mapana zaidi ya kitamaduni kuhusu chuki dhidi ya wanawake, uhuru wa uzazi, na uingiliaji wa vyombo vya habari yalianza kubadilisha mtazamo wa uzoefu wake. Hata wakati huo, marekebisho hayakuwa kamili. Hadithi ya awali iliendelea kutawala.

Hii ndiyo gharama ya nane ya kumpenda mtu maarufu: utumwani baada ya kuondoka.

Uhusiano unaisha, lakini hadithi haisha. Unaombwa kuibeba muda mrefu baada ya kuwa haikuhusu tena.

Utekaji wa simulizi si tu kuhusu uwakilishi mbaya. Ni kuhusu wizi wa muda—kupoteza haki ya kusonga mbele kwa kasi yako mwenyewe.

Uvumilivu wa Aniston mara nyingi husifiwa kama nguvu. Mara chache hutambuliwa kama uhai ndani ya vizingiti.

Kumpenda mtu ambaye hadithi yake inakuzidi inamaanisha kukubali kwamba hata kuachana huenda kukakuachilia huru. Hapana uwezekano watazamu wataachilia toleo lao la wewe ulivyokuwa.

Na kujifunza kuishi zaidi ya hadithi hiyo kunahitaji ustahimilivu wa aina tofauti—ustahimilivu unaojitokeza faraghani, bila suluhu, na bila makofi.

Sura ya 9: Wanariadha na Ndoa ya Msimu

Wenza wa wanariadha wa kiwango cha juu mara nyingi huelezea mahusiano yao si kama vifungo vya kudumu bali kama mizunguko—inayotabirika, inayojiarudia, na iliyogawanyika kihisia. Kuna msimu, unaotawaliwa na mazoezi, safari, utendaji, usimamizi wa majeraha, na uchunguzi wa umma. Kisha kuna msimu wa mapumziko, ambapo ukaribu hujaribu kufidia miezi ya kutokuwepo. Upendo hauondoki wakati wa mizunguko hii, lakini hubanwa, huhairishwa, na kusambazwa isivyo sawa.

Muundo wenyewe unakuwa uwepo wa tatu katika uhusiano.

Michezo ya kulipwa imejengwa juu ya kalenda zinazopita maisha ya nyumbani. Kambi za mazoezi huanza kabla ya maagano ya kihisia kusahiliwa. Safari za mechi huvunja wiki katika vyumba vya hoteli na ukumbi wa abiria. Siku za mechi huchukua umakini muda mrefu kabla ya filimbi kupigwa na hudumu muda mrefu baadaye. Hata mapumziko hutumika kama chombo—ufufuaji ukionyeshwa kama maandalizi badala ya uwepo. Mwili wa mwanariadha unakuwa mahali pa kazi, na mwenza hujifunza kuuzunguka.

Muundo huu unachukulia uhaba wa kihisia kuwa jambo la kawaida. Upweke hubadilishwa na kuonekana kama dhabihu. Kutokuwepo kwenye siku za kuzaliwa hugeuzwa kuwa ushahidi wa kujitolea. Kutokuwepo kihisia kunahesabiwa kuwa nidhamu. Kadiri muda unavyopita, uwepo unakuwa na masharti—sio kwa hitaji la pande zote, bali kwa ruhusa ya msimu.

Wenza wengi hukumbuka awamu ya mwanzo kama iliyoweza kudhibitiwa, na hata ya kupendeza. Kuna fahari katika kujitolea, sifa kwa ukakamavu wa kimwili, na imani ya pamoja katika matunda yake. Uhusiano huchukua lugha ya uvumilivu: "vumilia tu msimu huu," "mwaka ujao utakuwa rahisi zaidi," "baada ya mkataba." Muda unakuwa kisingizio cha majadiliano.

Kinachotambuliwa mara chache ni jinsi uvumilivu unavyobadilisha matarajio kimyakimya. Unaacha kutarajia ukaribu wa kila siku. Unaacha kutarajia majibu ya papo kwa papo. Unajifunza kudhibiti masikitiko. Kujitegemea kihisia huelezewa kama ukomavu, lakini mara nyingi ni mbinu ya kujiokoa.

Talaka za watu mashuhuri katika michezo ya kulipwa mara nyingi hutaja uzembe badala ya usaliti. Taarifa hii mara nyingi hupuuzwa katika mijadala ya umma, ambayo huwa inapendelea usaliti unaoonekana kuliko uchakavu usioonekana. Hakuna kashfa ya kuishiria, hakuna mhalifu wa kumtaja. Badala yake, kuna upungufu wa polepole wa uhusiano—mazungumzo yaliyokosekana, maamuzi yaliyocheleweshwa, na majadiliano ya kihisia kupunguzwa kuwa ya kimipango tu.

Huruma ya umma karibu kila mara huipendelea kujitolea kwa mwanariadha. Mashabiki huelewa kujitolea katika lugha ya ushindani. Hawaioni chakula cha jioni cha upweke, malezi ya peke yake, vipindi virefu vya ukimya ambapo kazi ya kihisia inaendelea bila shahidi. Ustahimilivu wa mwenzi huchukuliwa kama jambo la kawaida, si mafanikio.

Upotovu huu wa usawa unatiwa nguvu na ujumbe unaotolewa na taasisi. Timu zinasisitiza "msaada wa familia" kwa maneno tu huku zikipanga ratiba zinazouzuia kwa vitendo. Wenza wanakaribishwa kwenye sherehe lakini wanapuuuzwa katika maisha ya kila siku. Uhusiano unatambuliwa kwa ishara tu na kupuuzwa katika utendaji.

Kwa wenza wengi, kipindi cha mapumziko kinakuwa wakati wa kukabiliana na hisia. Kuna matarajio—wakati mwingine yakiwa wazi, mara nyingi yasiyosemwa—kwamba ukaribu utarejeshwa sasa kwa kuwa muda upatikana. Lakini ukaribu hauwezi kuwashwa kama taa. Baada ya miezi ya kusitishwa kihisia, kuungana tena kunaweza kuhisiwa kuwa na aibu, hata kusababisha mtafaruku. Mwenzi ambaye amejifunza kujitegemea peke yake anaweza kupata shida kuungana tena. Mwanariadha, aliyezoea ukali na mpangilio, anaweza kupata utulivu wa nyumbani kuwa wa kumchanganya.

Hii huunda kinyume: kipindi kilichokusudiwa kurekebisha pengo wakati mwingine huonyesha wazi zaidi.

Watoto huongeza kasi ya mienendo hii. Wenza wa wanariadha mara nyingi hujielezea kama wazazi pekee kwa vitendo kwa sehemu kubwa ya mwaka. Wajibu huimarika. Mamlaka hukusanywa mahali pamoja. Mwanariadha hurejea mara kwa mara kama mgeni katika maisha ambayo tayari yamepangwa bila yeye. Hii si kushindwa kiadili; ni matokeo ya kimuundo. Lakini inaleta gharama ya kihisia kwa kila mhusika.

Wanandoa wengi hujaribu kufidia kwa vitendo vikubwa—likizo, zawadi, muda maalum wa familia. Nyakati hizi huwa za dhati na mara nyingi za furaha. Lakini haziwezi kuchukua nafasi ya uwepo endelevu. Hufanya kazi kama alama za uakifishaji katika sentensi ambayo inasalia kuwa imegawanyika.

Ndoa ya msimu pia hubadilisha migogoro. Kutokubaliana huahirishwa kwa sababu muda wa pamoja unaonekana kuwa wa thamani sana kupoteza kwa mivutano. Masuala huahirishwa hadi "baadaye," ambayo mara nyingi haifiki kamwe. Chuki hukusanyika kimya kimya, bila maneno. Wakati mgogoro unapojitokeza, unaweza kuonekana kuwa mkubwa kupita kiasi, na kuwashangaza wenza wote wawili.

Kustaafu mara nyingi hufikiriwa kama nafuu—kurudi katika hali ya kawaida. Lakini kwa wanandoa wengi, huonyesha ni kwa kiasi gani uhusiano wao uliandaliwa kulingana na kutokuwepo. Wakati msimu huo unapoisha kabisa, muundo uliohalalisha umbali huo hutoweka. Mahusiano mengine huota katika ukaribu huu mpya. Mengine hushindwa na uzito wa ukaribu ambao hawakuwahi kufunzwa kuudumisha.

Kinachofunuliwa na ndoa ya msimu ni ukweli mpana zaidi kuhusu upendo unaohusiana na umaarufu: wakati taaluma inapokula muda wote kabisa, ukaribu lazima uishi katika vipande-vipande. Vipande hivyo vinaweza kuwa na maana, hata vya kina—lakini vinahitaji ulinzi wa makusudi. Bila huo, upendo unakuwa na masharti kulingana na ratiba ambazo hauzidhibiti.

Sura hii si lawama kwa wanariadha au tamaa. Ni utambuzi wa muundo. Michezo ya kulipwa imejengwa ili kupata utendaji wa hali ya juu, si uthabiti wa mahusiano. Upendo unapoulizwa kujirekebisha bila kikomo kwa uchimbaji huo, daima kuna kitu kinachotanguliwa.

Gharama si kubwa mara moja. Hujikusanya. Na wakati inapotajwa, msimu huenda tayari umeshamalizika.

Sehemu ya IV: Nguvu, Usaliti, na Hukumu ya Umma

Sura ya 10: Usagaji katika Enzi ya Tuhuma

Uhaini umekuwepo daima katika mahusiano yanayoendeshwa na mamlaka, uhamaji, na upatikanaji. Kile ambacho umaarufu hubadilisha si kitendo chenyewe, bali ni masharti ambayo chini yake hugunduliwa, husindikwa, na kukumbukwa. Usaliti haitokei tena kati ya watu wawili, au hata ndani ya ulimwengu wao wa pamoja wa kijamii. Hutokea kati ya vichwa vya habari, picha za skrini, taarifa za watu wasiojulikana, jumbe zilizovuja, habari zisizotajwa wazi, na upanuzi wa algoriti unaozidisha kasi kuliko usahihi na maonyesho kuliko ukweli.

Katika mahusiano ya watu mashuhuri, uvumi mara nyingi huwasili kabla ya ukweli. Picha bila muktadha inakuwa ushahidi. Video isiyo wazi inakuwa uthibitisho. Taarifa isiyo na majina, iliyoandikwa kuashiria badala ya kutamka wazi, inakuwa hukumu ya dhati ikirudiwa mara nyingi. Wakati ufafanuzi unapofika—kama utafika kabisa—hadi wakati huo hauna umuhimu tena. Hadithi imekwisha ganda. Watu wamesahau. Hata hivyo, madhara bado ndiyo yameanza.

Hii huunda aina mpya na ya kusababisha mtafaruku hasa ya usaliti: kuumizwa hadharani kabla ya kuumizwa faraghani. Wenza wengi wa watu maarufu huelezea kujifunza kuhusu usaliti kwa njia ileile kama wageni wasivyofanya—kupitia arifa za habari, machapisho ya mitandao ya kijamii, au ujumbe kutoka kwa watu wanaowafahamu ambao wanajua kabla yao. Hakuna ufunuo wa taratibu, hakuna makabiliano yaliyodhibitiwa. Ugunduzi unageuka kuwa ufichuzi.

Kisaikolojia, hili ni jambo muhimu. Usaliti kwa kawaida hujitokeza kwa hatua: shaka, uthibitisho, pambano, na huzuni. Umaarufu huweka hatua hizi katika wakati mmoja. Mshtuko na aibu huwasili pamoja. Hakuna nafasi salama ya kujipanga kihisia kabla dunia haijataki majibu.

Kwa mpenzi asiye maarufu, hili huleta mtanziko usio na suluhu. Ukijibu haraka sana, unatajwa kuwa mtu wa kuitikia tu, asiye na utulivu, au unadhibitiwa na wataalamu wa habari. Ukijibu polepole sana, ukimya wako hutafsiriwa kama kushiriki uhalifu, ujanja, au udhaifu. Usiposema chochote kabisa, kujizuia kwako huchukuliwa kama aibu, kukanusha, au kujenga taswira. Hakuna jibu lolote linaloweza kutafsiriwa ipasavyo.

Muda unakuwa aina yake ya ukatili. Maumivu ya faragha yanatarajiwa kusonga kwa kasi ya matumizi ya umma. Huzuni lazima iwe dhahiri. Hasira lazima ipunguzwe, ipambwe, au iachewe baadaye. Mchanganyiko lazima uhaririwe. Uhalisia wa kihisia—kwamba watu hawajui mara moja wanavyojisikia maisha yao yanapovunjika—unachukuliwa kama usumbufu.

Shinikizo hili haligawiwi kwa usawa. Fikiria mara ngapi wake za wanaume maarufu wanatarajiwa kuonyesha unyenyekevu mara tu baada ya kashfa. Msamaha, ukichaguliwa, lazima uwe na heshima na karibu usiwe wa kuonekana. Hasira lazima idhibitiwe, ipambwe, au iachewe baadaye. Huzuni haipaswi kuvuruga ratiba za ziara, mizunguko ya matangazo ya bidhaa, mechi za mchujo, au tarehe za kutolewa. Kazi ya kihisia ya kujizuia hubadilishwa na kuonekana kama ukomavu.

Matarajio haya yanabagua kijinsia na yana mfumo. Mwenzi maarufu hupewa uchangamano: kishawishi, shinikizo, ubinafsi, wasiwasi, ukuaji, ukombozi. Usaliti wao huelezewa kama njia mbadala katika safari ya kujitambua. Mwenzi aliyesalitiwa hupewa jukumu: mwathirika, mjinga, kikwazo, au hatari kwa chapa. Uchangamano huo haupewi wote kwa usawa.

Hata ukiwa usaliti ni halisi—umehakikishwa, umekiriwa, hauwezi kupingwa—umma mara nyingi huutendea kama burudani badala ya mpasuko. Uchambuzi huchukua nafasi ya uwajibikaji. Maoni huchukua nafasi ya huruma. Memes husambaa haraka kuliko uelewa. Mwenzi aliyesalitiwa anatarajiwa kuvumilia si tu ukiukwaji wenyewe, bali pia ubadilishaji wake kuwa maudhui ya kutazamwa.

Kinachotambuliwa mara chache ni jinsi utamaduni wa uvumi unavyobadilisha hisia za ndani za usaliti. Uaminifu hauvunjiki kwa kitendo tu; unaharibiwa na kurudiwa-rudiwa. Kuona maangamizi yako ya faragha yakichujwa kupitia dhana za watu usiokuwa nao kunasababisha hali ya kutengwa kisaikolojia. Unaanza kutilia shaka si tu mwenza wako, bali hata mtazamo wako mwenyewe. Je, ilitokea jinsi unavyokumbuka? Je, hisia zako bado ni halali baada ya kuchambuliwa hadharani?

Wenza wengi huelezea usaliti wa pili: kugundua kuwa ulimwengu unajihisi una haki zaidi juu ya hadithi yao kuliko wao wenyewe. Uhusiano wao unakuwa somo la kimafunzo. Mipaka yao huchukuliwa kama usumbufu. Maombi ya faragha huelezwa kama kuepuka maswali au udhibiti wa taswira. Katika kujaribu kujilinda, wanashutumiwa kwa kumlinda mtu aliyewadhuru.

Pia kuna ukatili wa kudumu. Hadithi za kidijitali hazififii kama mahusiano yanavyofanya. Miaka mingi baada ya uponyaji kuanza, matokeo ya utafutaji hufufua majeraha ya zamani. Mahojiano mapya hufungua tena maswali ya zamani. Sura moja tu ya maisha yako inakuwa kichwa kikuu cha utambulisho wako muda mrefu baada ya wewe kusonga mbele kiroho. Unaombwa kuishi tena toleo lako ambalo halipo tena.

Uendelevu huu hubadilisha utambulisho. Wenzao mara nyingi huelezea hisia ya kugandishwa katika wakati, wakifafanuliwa na tukio moja badala ya mfululizo. Mafanikio ya kikazi, ukuaji wa kibinafsi, mahusiano mapya—yote huchujwa kupitia lenzi ileile ya kihistoria. Usaliti unakuwa kichimbuko kinachoongezwa mbele ya jina lako.

Kwa baadhi ya wanandoa, upatanisho hufuata. Uamuzi huu mara nyingi huchunguzwa kwa ukali zaidi kuliko usaliti wenyewe. Msamaha huchukuliwa kama udhaifu au mkakati. Kubaki huonekana kama unyanyapaa. Kuondoka huonekana kama kushindwa. Uhalisia—kwamba upatanisho ni tata, unategemea mazingira, na ni wa kibinafsi sana—hupotoshwa na kuwa tamthilia ya kimaadili.

Kwa wengine, kutengana ni jambo lisiloepukika. Lakini hata kuondoka hakuhakikishi nafuu. Hadithi inaendelea bila wewe. Kimya chako kinakuwa cha kutiliwa shaka. Utu wako unakuwa maoni. Uponyaji lazima utokee ndani ya simulizi usilodhibiti.

Usaliti katika umaarufu huvunja utambulisho kwa sababu unalazimisha mgawanyiko kati ya nafsi inayoumia na nafsi inayotazamwa. Unajifunza kuigiza kuwa sawa huku kihisia ukisambaratika. Unadhibiti sauti yako huku ukishughulikia huzuni. Unakuwa hodari wa kuonekana sawa.

Gharama, basi, si tu imani iliyopotea. Ni uandishi ulioachiliwa. Kumpenda mtu maarufu katika enzi ya uvumi kunamaanisha kukubali kwamba hata usaliti huenda usimilikiwe nawe peke yako tena—na kwamba uponyaji lazima utokee ndani ya hadithi iliyoandikwa bila idhini yako.

Katika mazingira haya, uaminifu si dhamira ya kibinafsi tu. Ni kinga ya kimuundo. Na inaporomoka, madhara yake hupimwa si kwa maumivu ya moyo tu, bali pia kwa kazi ndefu na ya kuchosha ya kudai tena nafsi iliyotawanywa hadharani.

Sura ya 11: Ukosefu wa Usawa wa Nguvu — Wakati Upendo Sio Uwanja Sawa

Kutokuwepo na usawa wa nguvu mara chache hutangazwa. Katika mahusiano yanayoendeshwa na umaarufu, huingia kimyakimya, kikiwa kimejificha kama msukumo, fursa, au jambo lisiloepukika. Wakati kinapotambuliwa kuwa ni kutokuwepo na usawa, tayari kimekuwa kimepanga upya sheria za uhusiano huo.

Umaarufu huleta ukosefu wa usawa muda mrefu kabla ya mzozo kuonekana. Mtu mmoja hupata nguvu ya ushawishi: usalama wa kifedha, uhamaji wa kikazi, fursa za kijamii, mamlaka ya kusimulia hadithi. Mwingine hupata uwezo wa kubadilika. Uwezo huu wa kubadilika mara nyingi husifiwa. Unaelezewa kama mtu anayeelewa, mtulivu, asiyehitaji malezi mengi. Unasifiwa kwa unyumbufu wako, kwa kutotaka mengi, kwa kurahisisha mambo. Kinachotambuliwa mara chache ni kwamba urahisi si jambo lisilo na upande. Mara nyingi ni kazi isiyolipwa.

Kutokawa na uwiano huu huunda karibu kila uamuzi wa kivitendo. Unakoishi. Unapohama. Ni taaluma ya nani inayoamua eneo la kuishi. Ni fursa zipi zinazochukuliwa kuwa za dharura na zipi zinazotarajiwa kusubiri. Njia moja inaelezewa kuwa inahitaji wakati maalum, ni dhaifu, na inastahili kulindwa. Nyingine inaelezewa kuwa inaweza kubebeka, ni imara, na inaweza kurekebishwa. Baada ya muda, uwezo wa kurekebika unakuwa utambulisho.

Muhimu zaidi, mizani hii haizingirwi kila mara kwa makusudi. Watu wengi maarufu wanawashukuru wenzao. Wengi huonyesha shukrani ya dhati. Wengi husisitiza—mara nyingi kwa kweli—kwamba hawangeweza kufanikiwa bila usaidizi. Lakini mamlaka ya kimuundo haihitaji nia mbaya kusababisha madhara. Hufanya kazi hata wakati watu wote wawili wanaamini wanatenda kwa nia njema.

Umaarufu huzuia fursa za kuchagua. Fursa huja na tarehe za mwisho, mikataba, na matokeo kwa sifa. Kuzikataa huonekana kama kutojali au kujidharau. Mwenzi maarufu huambiwa—na mawakala, wasimamizi, mashabiki—kwamba kujitolea ni kwa muda tu, kwamba utulivu utakuja baadaye, kwamba hii ndiyo gharama ya kuwa yule anayepaswa kuwa. Mwenzi anayebeba mzigo huo huwa haambiwi chochote kabisa. Kujitolea kwake huchukuliwa kuwa ni jambo la dhati.

Kadri muda unavyopita, hii huunda mpangilio wa uhalali. Kutokuwepo kwa mtu mmoja kunahesabiwa kuwa ni tamaa ya mafanikio. Kutokuwepo kwa mwingine—kihisia, kimwili, kisaikolojia—kunaonekana kama uzembe. Uchovu wa mtu mmoja ni wa kishujaa. Uchovu wa mwingine ni usumbufu. Mahitaji ya mtu mmoja ni ya dharura. Mahitaji ya mwingine huhairishwa.

Upotovu huu wa usawa hubadilisha kwa ukimya uwajibikaji. Mipango inapobadilika, ni kwa sababu ya kazi. Ahadi zinapovunjwa, ni kwa sababu ya shinikizo. Mgogoro wa k unapotokea, huahirishwa hadi "mambo yatakapopungua kasi." Mambo mara chache hupungua kasi. Muktadha unakuwa maelezo ya kila kitu, na maelezo polepole huchukua nafasi ya ukarabati.

Washirika katika mahusiano haya mara nyingi huelezea kupungua taratibu kwa sauti yao. Sio kwa sababu wanyamazishwa waziwazi, bali kwa sababu kuzungumza huanza kuhisiwa kuwa si na ufanisi. Daima kuna kipaumbele kikubwa zaidi, tarehe ya mwisho inayokaribia, wakati ambao hauwezi kufanywa mgumu na hisia. Kutoa kutoridhika huhisiwa kuwa si wakati mwafaka. Kutaja ukosefu wa usawa huhisiwa kama usaliti. Unaanza kujihariri kabla ya kuzungumza.

Hivi ndivyo ukosefu wa usawa wa nguvu unavyojengeka ndani ya nafsi. Unadhibiti matarajio yako na kuyapunguza. Unaacha kuomba kile kisichoweza kukidhiwa. Unaacha kuelezea tabia hizi kwa sababu huelezewa kuwa ni za mazingira. Unajiambia kuwa hili ni la muda, kwamba upendo unamaanisha kuelewa mazingira, kwamba uvumilivu ni utu uzima. Mazingira yanapanuka hadi yanapoelewesha kila kitu.

Mpenzi maarufu anaweza kuendelea kuwa na mapenzi. Huenda kukawa na vipindi vya ukaribu mkubwa—tendo makubwa ya upendo, umakini wa hali ya juu, na ahadi za dhati. Nyakati hizi ni halisi. Ni muhimu. Lakini hutokea mara kwa mara, si katika muundo wa kudumu. Hazirekebishi uwiano wa nguvu; badala yake hupunguza athari zake kwa muda tu.

Kinachojadiliwa mara chache ni jinsi kutoelengana kunavyopotosha ridhaa. Mtu mmoja anapodhibiti rasilimali, ufikiaji, na mwonekano, kutokubaliana kunakuwa na gharama. Kuondoka kuna hatari zaidi kwa mwenzi asiye na nguvu sana. Kubaki kunachukuliwa kama uaminifu. Hata kueleza kutoridhika kunaweza kuonekana hatari wakati riziki yako, makazi, au hadhi ya kijamii vimefungamana na taaluma ya mtu mwingine.

Katika baadhi ya visa, ukosefu wa usawa huonekana waziwazi wakati wa kuvunjika tu—kutengana, talaka, au kashfa. Uwezo wa mpenzi maarufu wa kuunda simulizi huonekana. Wana watangazaji, mawakili, na majukwaa. Mpenzi mwingine ana kumbukumbu. Huu mara nyingi huwa wakati ambao makubaliano ya zamani hutafsiriwa upya, wakati uadilifu hutathminiwa upya kwa kurejea nyuma.

Hata hivyo, ukosefu wa usawa hauhitaji mwisho wa kusisimua ili uwe na madhara. Mahusiano mengi hudumu kwa miaka mingi katika ukosefu wa usawa wa kimyakimya. Mwenzi huyo hujirekebisha kiasi kwamba kutokuwepo kwa uwiano kunakuwa jambo la kawaida. Marafiki wanapenda uvumilivu wao. Watu wa nje wanawachukia kwa fursa wanayoipata. Ndani yake, kitu fulani kinapungua.

Pia kuna mmomonyoko mdogo wa kujiamini. Wakati maisha ya mtu mmoja yanapanuka na ya mwenzake yanapopungua, kulinganisha hakuwezi kuepukika. Unaanza kujiuliza kama mahitaji yako ni ya busara, kama kutoridhika kwako ni kushindwa binafsi kwa , kama kutaka usawa ni jambo lisilo halisi. Ukosefu wa usawa wa nguvu hupata nguvu kutokana na shaka hii.

Upendo hauwezi kubaki wenye afya wakati kujitolea kunapita upande mmoja tu. Sio kwa sababu kujitolea ni makosa, bali kwa sababu kujitolea bila kupokea kunakuwa kufutwa kabisa hatimaye. Mtu mmoja anastawi hadi nje. Mwingine ananyamaza zaidi. Maisha ya mmoja yanakwenda kwa kasi. Mwingine anasubiri.

Janga la ukosefu wa usawa wa nguvu katika mahusiano yanayohusiana na umaarufu ni kwamba mara nyingi hujifanya kuwa ni kujitolea. Uvumilivu husifiwa kama upendo. Kujibadilisha huwasilishwa kama wema. Kutaka usawa zaidi huchukuliwa kama kutoelewa uhalisia wa mafanikio. Unaambiwa—kwa wazi au kwa njia isiyo ya moja kwa moja—kwamba kama ungejali kweli, ungebadilika.

Lakini upendo haujithibitishi kwa kutoweka. Hudumishwa kupitia utambuzi wa pande zote. Bila huo, hata upendo wa dhati huwa hauna uthabiti.

Sura hii si mashtaka dhidi ya watu maarufu, wala si kukanusha upendo wa kweli. Ni utambuzi wa uzito. Nguvu huathiri uhusiano iwe kuna anayekusudia au la. Na isipokuwa mwelekeo huo utapingwa kikamilifu—kwa kimuundo, si kwa ishara tu—huitengeneza upya ukaribu kuwa kitu kisicho na usawa zaidi.

Pendo linapokuwa si uwanja sawa, daima kuna mtu anayepanda mteremko. Na kupanda mteremko daima si sawa na kuchagua mandhari.

Sura ya 12: Kesi ya Umma ya Mwenzi wa Faragha

Kuporomoka kwa uhusiano si mara moja ghafla. Katika mahusiano yanayohusisha umaarufu, karibu kila mara ni mkusanyiko wa matukio—uchovu unaojikusanya kimyakimya, ukijifanya kuwa ustahimilivu. Mwenzi anayesaidia haanguki kwa sababu ya tukio moja, mabishano moja, au usaliti mmoja. Wanavunjika kwa sababu wamekuwa wakiibeba mzigo ambao haukupaswa kubebwa peke yao.

Kuchoka sana katika mahusiano haya mara nyingi hukosewa kutambuliwa. Hakuna mzozo mkubwa wa ghafla au mabadiliko ya ghafla ya hisia. Huonekana kama kufa ganzi. Huonekana kama kuchukizwa na mambo madogo. Huonekana kama kujitenga ukijifanya mtulivu. Wenza wengi huelezea wakati waligundua kuwa hawajibu tena—sio kwa sababu mambo yamekuwa bora, bali kwa sababu wameishiwa nguvu.

Jukumu la kutoa msaada hujikubaliwa kwa hiari mwanzoni. Unataka kusaidia. Unataka kuamini. Unataka kuwa sehemu ya kitu kikubwa kuliko wewe mwenyewe. Majitoleo ya mwanzo huhisika kuwa na maana kwa sababu yamechaguliwa. Kadiri muda unavyopita, uchaguzi hubadilika na kuwa matarajio. Mstari kati ya ukarimu na wajibu hufifia.

Kinachofanya uchovu huu kuwa hatari sana ni kwamba unazawadiwa kijamii. Marafiki husifu uvumilivu wako. Watu wa nje wanapenda utulivu wako. Unaonekana kama mtu imara, thabiti, asiyelalamika. Nguvu inakuwa mtego. Kadiri unavyoonekana kuwa na uwezo zaidi, ndivyo unavyotegemewa zaidi.

Sekta inayohusiana na umaarufu huimarisha mtiririko huu. Wasimamizi, mawakala, na timu hutegemea utulivu wa kihisia nyumbani. Mtu mashuhuri anayesaidiwa ni mwenye tija zaidi, anayeaminika zaidi, na anayevutia zaidi sokoni. Mwenzi wake anakuwa sehemu ya miundombinu, iwe anakubali jukumu hilo au la.

Wenza wengi wanaosaidia huelezea kuishi katika hali ya uangalizi wa daima. Kufuatilia hisia. Kutabiri msongo wa mawazo. Kusimamia mabadiliko kati ya utendaji wa umma na kuporomoka kibinafsi. Unajifunza ni lini unasema na ni lini husemi. Unavyonja hisia zinazotiririka ili zisiifikie dunia ya nje. Hii si uvumilivu wa kukaa kimya; ni kazi inayohitaji ustadi.

Hata hivyo, mara chache kuna lugha ya kuuita kazi hii. Bila lugha, hakuna utambuzi. Bila utambuzi, hakuna mpaka. Kazi huongezeka.

Dalili za kimwili mara nyingi huonekana kabla ya hisia kutambuliwa. Uchovu sugu. Kukosa usingizi. Wasiwasi. Matatizo ya mmeng'enyo wa chakula. Sonona linalojificha kama . Dalili hizi mara nyingi hupuuzwa—na madaktari, na wenza, na watu wenyewe—kama msongo wa mawazo au usawa wa muda mfupi. Mapumziko huhairishwa. Utunzaji hucheleweshwa.

Pia kuna upweke maalum wa aina hii ya kuchoka kupita kiasi. Umezungukwa na watu—timu, wafanyakazi, hadhira—lakini kihemko umejitenga. Usiri huzuia kile unachoweza kushiriki. Uaminifu huzuia malalamiko. Unaanza kujihisi haonekani ndani ya maisha yanayoonekana ya kipekee kutoka nje.

Kwa wengine, wakati wa kuvunjika hufika wakati wa mgogoro. Kashfa. Jeraha. Kushuka kwa taaluma. Katika nyakati hizi, mwenzi anayesaidia anatarajiwa kubeba mzigo zaidi—kudumisha utulivu, kutuliza, na kudhibiti. Hakuna nafasi ya kuanguka kwa sababu kuanguka kungefanya uponyaji kuwa mgumu zaidi.

Kwa wengine, wakati wa kuvunjika huwa kimya zaidi. Utambuzi kwamba huwezi kujitambua tena. Kwamba matamanio yako yanahisi hayana umuhimu. Kwamba upeo wako wa hisia umepungua hadi kwenye matengenezo na kuishi tu. Upotevu si wa mlipuko; ni wa kutengeneza ombwe.

Wakati mwenza anayesaidia anapovunjika, mwitikio mara nyingi huwa ni mchanganyiko. Mwenza maarufu anaweza kuhisi ameshambuliwa bila kutarajia. Kwa mtazamo wao, mambo yalikuwa yakifanya kazi. Mashine ilikuwa ikifanya kazi. Msaada ulidhaniwa kuwa wa lazima. Uharibifu huo unafichua jinsi kazi hiyo ilivyokuwa haionekani kweli.

Muda huu mara nyingi hupikwa maana kama kuto shukuru au kushindwa kwa muda. "Kwa nini sasa?" huwa ndiyo swali kuu. Swali sahihi zaidi—"Kwa muda gani?"—hiliulizwi mara chache.

Pia kuna aibu inayohusiana na kuvunjika huku. Unaweza kujisikia dhaifu kwa kuhitaji kupumzika, mtu wa ubinafsi kwa kuhitaji kutendewa, na msaliti kwa kuhitaji mabadiliko. Utamaduni unaohusiana na umaarufu hautozwi thawabu woga kwa wale ambao wanatakiwa kutoa utulivu. Uchovu wako huvuruga simulizi.

Baadhi ya wenza hujaribu kurekebisha katika hatua hii. Tiba. Mipaka. Majadiliano upya. Juhudi hizi zinaweza kufanikiwa—lakini tu ikiwa ukosefu wa usawa utatambuliwa kimuundo, si kwa ishara tu. Samahani bila kugawanya kazi upya mara chache huonya uchovu. Ahadi bila mabadiliko ya kivitendo mara nyingi huzidi kuuzidisha.

Wengine huondoka. Kuondoka wakati mwingine huelezwa kama kuachwa, hasa ikiwa kuna matatizo ya kikazi. Mwenzi anayesaidia hubadilishwa na kuonekana kama asiyesaidia hasa wakati msaada ulipohitajika zaidi. Miaka ya kazi isiyoonekana hupotea kutoka kwenye kumbukumbu.

Kinachopotea katika mtazamo huu ni ukweli kwamba uchovu wa kazi si kushindwa. Ni mrejesho. Huweka wazi kwamba uhusiano umekuwa ukifanya kazi nje ya mipaka endelevu.

Uponyaji kwa mwenza anayesaidia mara nyingi huwa wa polepole. Kurejesha mahitaji baada ya miaka ya kuyanyamazisha huhisiwa kuwa jambo geni, hata la kutisha. Kujifunza kutilia maanani nafsi ya mtu kunaweza kuhisiwa kama kujiruhusu kupita kiasi. Wengi hupambana na hisia za hatia muda mrefu baada ya kuondoka, wakisumbuliwa na wazo kwamba walipaswa kuvumilia zaidi.

Hata hivyo, wale wanaopona mara nyingi huelezea uwazi wa kina. Wanagundua upya vipendwa vyao. Nguvu hurudi. Upana wa hisia huongezeka. Kutokuwepo kwa uangalizi wa kila wakati huhisiwa kama faraja, si utupu. Hii haimaanishi kuwa upendo uliopo haukuwa halisi. Inaupa muktadha.

Gharama ya kumpenda mtu maarufu siyo daima ni kupoteza uhusiano. Wakati mwingine ni kupoteza nafsi. Kuchoka kupita kiasi huashiria wakati ambapo upotevu huo unakuwa hauwezi kukanushwa.

Sura hii ipo ili kuitaja wazi kile ambacho mara nyingi hufichwa: kwamba uvumilivu si wa milele, kwamba msaada si usioisha, na kwamba kuvunjika si usaliti. Ni mwili na akili vikisisitiza kuwepo kwa mipaka baada ya kuombwa kuzipuuza kwa muda mrefu mno.

Sura ya 13: Kuchagua Kutojulikana

Kwa watu wengi walio karibu na umaarufu, kutokuwa maarufu siyo mwanzo—ni njia ya kutoka. Siyo ukosefu wa ari au kushindwa kunufaika. Ni uamuzi unaofanywa baada ya umaarufu kuthibitika kuwa na madhara. Kuchagua kutokuwa maarufu mara nyingi huelezewa kutoka nje kama kujiondoa. Kwa ndani, huhisiwa kuwa karibu zaidi na urejeshaji.

Kutokuwa maarufu mara chache huchaguliwa mara moja. Huanzia kama upendeleo wa ukimya. Kukatika kupigwa picha. Kusita kabla ya kushiriki maelezo ambayo hapo awali yalionekana kuwa hayana madhara. Unaacha kusahihisha dhana potofu kwa sababu usahihishaji wenyewe unahitaji ushiriki. Unaacha kuhudhuria matukio ambapo uwepo wako utaonekana kama idhini au ushahidi. Polepole, unapunguza eneo la maisha yako linaloonekana.

Chaguo hili mara nyingi husadifu kwa sababu utamaduni unaohusiana na umaarufu huutendea uwazi kama thamani. Kujulikana ni kuwa na umuhimu. Kutoweka ni kupoteza fursa. Wenza wanaochagua kutokuonekana mara nyingi huambiwa wanatupa kitu, kana kwamba faragha ni makosa ya kukadiria badala ya kuwa hitaji.

Kinachopuuzwa na mtazamo huu ni athari za kuonekana kila wakati. Maisha yako yanapofasiriwa na wengine kila mara, unapoteza uhuru wa kutokukamilika. Kila ishara inakuwa kielelezo. Kila kutokuwepo kwako kunazua uvumi. Kutokuonekana kunarejesha haki ya kutoweza kueleza mawazo, kuwa na mabadiliko, na kutotambuliwa.

Kwa wengine, uchaguzi huu hutokea baada ya kutengana. Uhusiano unaisha, lakini umaarufu unabaki. Mahojiano yanaendelea kurejelea yaliyopita. Watu usiokuwaona bado wanakutambua kwa ukaribu wenu badala ya utu wako. Kuchagua kutokuonekana kunakuwa njia ya kuvunja mzunguko huo—kukataa kushiriki zaidi katika simulizi ambalo halikufai tena.

Kwa wengine, kutokuonekana huchaguliwa ndani ya uhusiano. Hii inaweza kuwa tendo la kujihifadhi badala ya kujiondoa. Unapunguza kuonekana. Unakataa mahojiano. Unajiondoa kwenye mitandao ya kijamii. Uwekaji mipaka huu mara nyingi hujadiliwa kwa mivutano, hasa wakati kuonekana kunamnufaisha mwenza maarufu. Uamuzi wa kutotaka kuonekana unaweza kufasiriwa kimakosa kama ukosefu wa uungwaji mkono.

Kutokuonekana kunahitaji uvumilivu kwa tafsiri potofu. Unaporudi nyuma, wengine hujaa ukimya kwa dhana zao. Unatajwa kuwa na uchungu, mtu wa siri kupita kiasi, mgumu, au asiyeshukuru. Hamu ya kusahihisha mitazamo hii inaweza kuwa kubwa. Kuchagua kutokuonekana kunamaanisha kupinga hamu hiyo.

Pia kuna huzuni inayohusiana na uamuzi huu. Kuonekana kunatoa fursa—kijamii, kiuchumi, na kitamaduni. Kuachana nako kunaweza kuhisi kama kufunga mlango kwa toleo la maisha ambalo hapo awali lilionekana kuwa la kipekee. Hata wakati kutokuonekana kunaponya, bado kunaweza kuhisi kama hasara.

Hata hivyo, wengi wanaochagua kutokuonekana huelezea mabadiliko makubwa katika hisia zao za ndani. Bila shinikizo la kuonekana kuwa na msimamo thabiti, hisia hurudi kwa mdundo wake wa asili. Unaweza kuwa na wasiwasi bila kutoa maelezo. Unaweza kubadili mawazo yako bila kutoa taarifa. Unaweza kushindwa kwa faragha.

Ufaragha huu huruhusu utambulisho kujijenga upya bila usumbufu. Mapendeleo yaliyokandamizwa au kupuuzwa hujitokeza tena. Mahusiano hujengeka kwa kina bila hadhira. Muda hauonekani kuwa umebanwa sana. Unaanza kuishi maisha yako badala ya kuyasimamia.

Kuchagua kutokuonekana pia hubadilisha maana ya mamlaka. Kuonekana mara nyingi huunda hisia ya uongo ya kuwa na uwezo wa kuchukua hatua—unaonekana kuwa na ushawishi mkubwa ilhali kwa kweli uko na vikwazo vingi. Kutokuonekana hupunguza wigo lakini huongeza udhibiti. Wewe huamua ni nani anayekujua na vipi.

Mabadiliko haya hayakubaliki mara kwa mara hadharani, lakini huhisiwa kwa undani faraghani.

Kuna changamoto za kivitendo. Kutokuonekana kunaweza kuifanya iwe vigumu kubadilisha taaluma, hasa ikiwa fursa zako za awali zilitegemea kuonekana. Kunaweza kupunguza mtandao wa mahusiano. Kunaweza kuhitaji kujenga upya kutoka kwenye msingi tulivu zaidi. Ujenzi huu upya ni wa polepole, lakini mara nyingi ni imara zaidi.

Baadhi ya washirika huogopa kutokuonekana kwa sababu inahisika kama kufutwa. Baada ya miaka ya kuonekana kupitia umaarufu wa mtu mwingine, kutoweka kunaweza kuhisika kama kupotea kabisa. Kazi, basi, ni kutofautisha kati ya kutuonekana na kutajulikana. Kutokuonekana hakufuti utambulisho; huondoa upotoshaji.

Kwa maana hii, kuchagua kutokuwa maarufu si kuhusu kujificha. Ni kuhusu kukataa kuchukuliwa. Ni kuhusu kukataa kutoa maisha yako ya ndani kama maudhui. Ni kuhusu kuweka mipaka ambayo utamaduni unaohusiana na umaarufu hauheshimu kwa urahisi.

Chaguo hili mara chache husherehekewa. Hakuna tuzo za kujiondoa mbele. Hakuna makofi kwa kuchagua utulivu. Hata hivyo, kwa wengi, kutokuwa maarufu kunakuwa hali ambayo uponyaji unawezekana.

Gharama ya kumpenda mtu maarufu ni pamoja na kujifunza kwamba kuwa dhahiri si jambo lisilo na upande. Kuchagua kutokuwa maarufu ni njia moja ya kulipia gharama hiyo kwa ajili ya wengine—kwa kuhakikisha haipitishwi kwa vizazi na vizazi.

Mwishowe, kutokuwa maarufu kunatoa kitu ambacho kuwa karibu na umaarufu hakutoi mara kwa mara: fursa ya kuwa wa kawaida bila kuomba radhi. Kwa wale ambao wameishi kwa muda mrefu chini ya tafsiri, hali hiyo ya kawaida huhisiwa kuwa ya kijahili.

Sura ya 14: Kubaki Baada ya Usaliti — Nguvu au Kuishi

Kubaki katika uhusiano baada ya usaliti mara nyingi husifiwa kama ukomavu, uaminifu, au nguvu ya kihisia—hasa pale mpenzi anayesaliti anapokuwa maarufu. Vichwa vya habari vinawasilisha upatanisho kama neema. Mashabiki husifu msamaha kama dalili ya kina. Mpenzi anayebaki huonekana kama aliyekomaa, asiye na ubinafsi, na mwenye kujiamini.

Mtazamo huu unatia moyo. Unatoa mfumo safi wa kimaadili. Unawahakikishia wasikilizaji kwamba upendo unaweza kuvumilia chochote ikiwa utashughulikiwa ipasavyo.

Lakini kubaki si mafanikio ya kimaadili. Ni hesabu.

Kwa wenza wa watu maarufu, usaliti hautokei katika mazingira ya upweke. Hutokea katika mazingira yanayoendeshwa na mwonekano, utegemezi, na matokeo yake. Maamuzi nadra hufanywa kwa misingi ya kanuni pekee. Hufanywa chini ya shinikizo—la kiuchumi, kisaikolojia, kijamii, na la simulizi. Kubaki mara nyingi si suala la msamaha bali ni uwezekano wa kufanya hivyo.

Wenza hupima watoto, fedha, makazi, hadhi ya uhamiaji, mvurugiko wa kazi, na uchovu wa kuanza upya wakiwa chini ya uangalizi. Hupima gharama ya kuondoka—sio tu kihisia, bali pia kivitendo. Katika visa vingi, kuondoka kunamaanisha kupoteza utulivu, faragha, na udhibiti kwa wakati mmoja. Kubaki kunaweza kuonekana salama zaidi, hata pale kunapokuwa na maumivu zaidi.

Utamaduni wa watu mashuhuri huweka mvuto kupitia ustahimilivu bila kuuliza ustahimilivu huu unamfaa nani.

Ufisadi unapokuwa hadharani, mwenzi asiye maarufu huwekwa wazi mara moja. Mwitikio wao huchunguzwa. Hisia zao huchambuliwa. Kimya huchukuliwa kama mkakati. Hasira huhukumiwa kama ukosefu wa utulivu. Huzuni huchukuliwa kama usumbufu. Katika mazingira haya, kubaki kunaweza kuonekana kama chaguo lisilo wazi zaidi. Huruhusu simulizi ya umma kutatuliwa haraka. Hurudisha utaratibu.

Msamaha unakuwa aina ya udhibiti.

Kinachojadiliwa mara chache ni jinsi chaguo mara nyingi linavyokuwa na vikwazo. Kwa wapenzi ambao maisha yao yamepangwa kulingana na kazi ya mtu mwingine, kuondoka si tu kuvunjana. Ni mpasuko wa kimfumo. Vyanzo vya mapato hupotea. Ulinzi wa kisheria unaweza kuwa haujawa sawa. Mitandao ya usaidizi inayohusiana na uhusiano huo hutoweka. Mpenzi maarufu hubaki na miundombinu; mwingine mara nyingi haibaki.

Kutokulingana huku kunageuza upatanisho kuwa usimamizi wa hatari. Huwezi kuwa unaamua tu kama unaweza kuamini tena. Unaamua kama unaweza kustahimili madhara ya kukataa kufanya hivyo.

Watoto huongeza ukali wa hesabu hii. Talaka za hadharani huwafanya wahusishwe katika uvumi ambao hawakuridhia. Kubaki pamoja kunaweza kuhisiwa kama kujikinga—sio wewe tu, bali nao pia. Wazazi huvumilia usaliti kimya kimya ili kudumisha mwendelezo, hata wakati mwendelezo huo una changamoto.

Pia kuna athari za kisaikolojia za kulinganishwa hadharani. Wakati usaliti unahusisha mtu wa tatu anayeonekana, kubaki pamoja kunamaanisha kuvumilia vikumbusho vya kila mara. Mtandao haisahau. Miradi mipya, mahojiano, au maadhimisho huchochea upya majeraha ya zamani. Kupona si mchakato wa mstari mmoja wakati vikumbusho vinapokuwa vya kiotomatiki.

Katika muktadha huu, kubaki kunaweza kuwa si kuhusu tumaini bali zaidi ni kuhusu kipaumbele.

Hadithi za watu mashuhuri mara nyingi huwasilisha upatanisho kama jambo la kuwezesha pale ambapo mwenza anayeendelea kuwa na uhusiano huonekana mtulivu, mwenye heshima, na anayedhibiti hali. Lakini utulivu si sawa na usalama. Udhibiti si sawa na ridhaa. Wenza wengi huelezea kuendelea kuwa katika uhusiano kwa sababu wamechoka sana kuondoka, si kwa sababu wanajisikia wamerudishiwa nguvu.

Uchovu huu mara nyingi huchukuliwa kimakosa kuwa utulivu.

Pia kuna mzigo wa matarajio ya simulizi. Mara tu unapobaki, unatarajiwa kuigiza uponyaji kwa njia ya kushawishi. Shaka hairuhusiwi. Kutokuwa na uhakika kunachukuliwa kama kutojawa na shukrani. Ukisamehe hadharani, unatarajiwa kuendelea kusamehe faraghani. Maumivu yoyote yanayoendelea huelezewa kama kushindwa "kuendelea na maisha."

Kwa hivyo, kubaki kunakuwa jukumu lingine la kutekeleza.

Baadhi ya wenza hujenga matarajio haya ndani yao na kunyamazisha hisia zao wenyewe ambazo hazijatatuliwa. Wanakandamiza hasira ili waonekane wameendelea kiakili. Hujaribu kuhalalisha maumivu ili kuhifadhi utulivu. Baada ya muda, ukandamizaji huu unaweza kusababisha kufa ganzi kihisia au huzuni inayochelewa. Usaliti hautatatuliwi; unaahirishwa.

Wengine hujaribu kurekebisha uhusiano kwa dhati. Tiba ya kisaikolojia. Uwazi. Kujenga upya uaminifu kidogo kidogo. Juhudi hizi zinaweza kufanikiwa—lakini ni pale tu ambapo ukosefu wa usawa wa madaraka unatambuliwa na kurekebishwa. Upatanisho bila kugawanya upya madaraka mara chache huponya. Visamaha bila mabadiliko ya tabia huongeza chuki.

Umma mara nyingi huchanganya kuonekana na ukweli. Muonekano wa tabasamu, mahojiano ya pamoja, taarifa iliyoandaliwa kwa makini huchukuliwa kama ushahidi wa kupona. Lakini uponyaji haujitangazi. Hutokea kwa njia isiyo sawa, kwa faragha, na mara nyingi , bila kuonekana. Katika mahusiano yanayohusisha watu maarufu, maonyesho ya upatanisho mara nyingi huchukuliwa kama ukweli wake.

Pia ni muhimu kutaja kwamba baadhi ya wenza hubaki kwa sababu bado wanapenda kwa dhati. Upendo hauondoki kiotomatiki baada ya usaliti. Uhusiano huendelea. Historia ni muhimu. Maisha yaliyoshirikiwa yana uzito. Kubaki pamoja si mara zote ni udhaifu au hofu. Lakini ni nadra kuwa ni nguvu rahisi.

Hatari iko katika kuhukumu chaguo hilo kimaadili.

Wakati kubaki kunaposifiwa bila kuchunguzwa, kuondoka kunachukuliwa kuwa ni laana. Uvumilivu unainuliwa. Kujihifadhi kunahojiwa. Wenza wanaoondoka huonyeshwa kama wasiosamehe au dhaifu, wakati wale wanaobaki wanadhiriwa kama mifano ya ukomavu wa kihisia. Chaguo hili potofu la pande mbili linaficha ukweli: chaguo zote mbili zinaweza kuwa matendo ya ujasiri, na zote mbili zinaweza kuwa matendo ya kuishi.

Utamaduni wa watu mashuhuri unapendelea hadithi zenye ufumbuzi. Kukaa kunatoa hilo. Huwahakikishia watazamaji kwamba madhara yanaweza kurekebishwa, kwamba chapa zinaweza kupona, kwamba upendo unaweza kurejeshwa kwa wakati uliopangwa. Gharama ya uthibitisho huo mara nyingi hubebwa kwa faragha.

Wenza wengi wanaobaki huelezea mabadiliko madogo katika jinsi wanavyojiona. Wanakuwa waangalifu zaidi, wanaovumilia zaidi, na wa tahadhari zaidi. Uaminifu, ukishavunjika chini ya uangalizi, mara chache hurudi katika hali yake ya awali. Unajifunza kuishi na kutokuwa na uhakika badala ya kulitatua.

Kadiri muda unavyopita, wengine huondoka hata hivyo—miaka baadaye, kimyakimya, bila kashfa. Wengine hubaki, wakiwa wamepunguza matarajio yao. Huwakubali uhusiano ulio pungua lakini imara. Matokeo haya si makosa ya kimaadili. Ni mabadiliko ya kuzoea.

Swali, basi, si kama kubaki ni jambo la nguvu au la dhaifu. Ni kama kubaki kunakuwezesha kubaki salama.

Kubaki baada ya usaliti katika uhusiano unaohusisha umaarufu mara nyingi si kuhusu wema bali ni kuhusu kuishi. Ni mwitikio kwa chaguzi chache, hatari isiyo sawa, na shinikizo la umma. Ili kuelewa hili kwa uaminifu, ni lazima tuache kuona ustahimilivu kama uthibitisho wa upendo na tuanze kuuliza gharama yake ni ipi.

Kwa sababu nguvu inayohitaji kujifuta wewe mwenyewe si nguvu.

Ni uvumilivu chini ya mazingira yanayokwanya nafasi ya kuchagua.

Sura ya 15: Wakati Hadithi Inapokugeukia

Kuna wakati katika migogoro mingi ya watu maarufu ambapo huruma hupotea. Haijitangazi. Haifiki na kichwa cha habari au marekebisho ya hadharani. Inaondoka tu, kimya kimya na kwa uhakika, huku umakini ukihamia kwingineko.

Mwenzi maarufu anaendelea na maisha. Uhusiano mpya unajitokeza. Picha ya kwenye zulia jekundu inasambaa. Mradi unaachiwa. Hadithi hubadilika.

Ikiwa hutendeki haraka vya kutosha, unakuwa na chuki.

Ukiendelea mbele haraka mno, unachukuliwa kuwa mnyemeleaji.

Ukipotea, unakuwa hauna utulivu.

Simulizi haliruhusu utata.

Hii ndiyo ukatili wa mwisho wa kumpenda mtu maarufu: hata baada ya uhusiano kuisha, bado unaweza kumilikiwa nao hadharani.

Mara tu baada ya kutengana, mara nyingi huwa kuna kipindi kifupi cha huruma. Mahojiano huwa ya tahadhari. Lugha huwa laini. Mpenzi asiye maarufu huruhusiwa kuwa na huzuni, mkanganyiko, hata hasira—lakini kwa muda tu. Kuna muda wa mwisho usio semwa kuhusu huzuni. Muda huo unapopita, maumivu yanayoendelea huchukuliwa kwa shaka.

Utamaduni wa watu mashuhuri hauvumilii miisho isiyokamilika. Utengano unatarajiwa kufuata mzunguko unaojulikana: kuvunjika moyo, ustahimilivu, kujijenga upya. Hadithi lazima isonge mbele. Yeyote anayekwama katikati—asiye na uhakika, mwenye hisia mchanganyiko, bado anachakata—huvuruga mtiririko wa hadithi.

Shinikizo hili huathiri zaidi mwenza asiye na umaarufu. Mwenza maarufu anaruhusiwa kubadilika. Huzuni yao inaweza kuelezewa kama kina. Kujitenga kwao kunaweza kuelezewa kama ukuaji. Uhusiano wao mpya ni ushahidi wa uhai, kasi, na mageuzi. Kuendelea mbele huimarisha hadithi yao.

Kwa mwenza mwingine, kusonga mbele ni jaribio ambalo huwezi kulipita.

Ukibaki kuonekana umeathirika, unashutumiwa kwa kushikilia umuhimu wako. Ukizungumza kwa uaminifu kuhusu maumivu, unaonyeshwa kana kwamba una chuki. Usiposema chochote, ukimya wako huchukuliwa kama kutokuwa na utulivu au kujiondoa kimkakati. Hakuna msimamo wa kati. Kila jibu hutafsiriwa, kuainishwa, na kuhukumiwa.

Mtazamo wa umma hubadilika haraka kutoka kwa wasiwasi hadi mashaka. Mahojiano yanakuwa makali zaidi. Maswali yanarudiarudia, kisha yanakuwa ya kulaumu. Marafiki wanakushauri ukimya "kwa ajili yako mwenyewe," ambayo mara nyingi inamaanisha kwa faraja ya wengine. Maisha yako ya ndani yanakuwa kitu kinachopaswa kudhibitiwa badala ya kuonyeshwa.

Kinachofanya mienendo hii kuwa ya kutatiza hasa ni kutotabirika kwake. Hakuna ishara wazi kwamba huruma imeisha. Siku moja unapewa huruma; siku inayofuata, unachukuliwa kama tatizo. Mabadiliko hayo yanaonekana kuwa ya kiholela, lakini ni kimuundo. Umakini unaendelea na jambo jingine, na uvumilivu huambatana nao.

Hili si suala la haki. Ni kuhusu matumizi.

Hadithi za watu mashuhuri zipo ili zitatuliwe. Watu wanaotazama wanataka mwisho, siyo utata. Mwisho huwapa uhakika kwamba msukosuko umefyonzwa, kwamba madhara yamedhibitiwa, kwamba hadithi haihitaji tena uwekezaji wa kihisia. Kutokuwa na uhakika kunatishia uhakika huo.

Mpenzi wa zamani ambaye bado anaonekana kuathirika anakuwa kikumbusho kwamba hadithi haikuwa rahisi kama ilivyokuwa ikionekana. Uwepo wao unaoendelea unavuruga dhana potofu kwamba umaarufu hulinda dhidi ya madhara. Kutojisikia vizuri kunakoletwa na hili mara nyingi hubadilishwa na kuwa hukumu.

Wenza wa zamani wengi huelezea mshtuko wa mgeuko huu. Walitarajia uchunguzi, lakini si uhasama. Walitarajia udadisi, si ukosefu wa subira. Badala yake wanakutana na upungufu wa hisia zinazokubalika. Unaruhusiwa kuwa "unaendelea vizuri" au "umeondoka kabisa." Kitu chochote katikati ya hapo huchukuliwa kama kushindwa.

Kutoweka si suluhisho. Unapojiondoa machoni pa umma, nafasi yako hujazwa na uvumi. Unadhaniwa kuwa mgonjwa, asiye na utulivu, au asiyeweza kukabiliana na hali. Kujiondoa kwako kunakuwa ushahidi badala ya kuwa mpaka. Faragha hufasiriwa upya kama dalili ya ugonjwa.

Kubaki dhahiri si salama zaidi. Kila muonekano hukaguliwa kutafuta dalili. Je, umepona? Je, una hasira? Je, unajaribu kunufaika na ukatishwaji uhusiano? Hata kutokuwa na upande kunashukiwa. Unatarajiwa kuonyesha umepona bila kuonekana kama umejiandaa, halisi bila kuonekana kama haujakaa.

Hii husababisha hali ya muda mrefu ya kujichunguza. Unaanza kufuatilia mwenendo wako mwenyewe kupitia vichwa vya habari vya kubuni. Unahariri hisia zako kabla ya kuzieleza. Unatarajia hukumu hata katika nyakati za faragha. Uhusiano unaweza kuwa umeisha, lakini hadhira inabaki.

Hii ndiyo maana ya bado kuwa sehemu ya uhusiano hadharani baada ya kuisha. Uhusiano huu hauendelei kwa njia ya ukaribu, bali kwa mvuto wa hadithi yenyewe. Umefungwa kwenye hadithi ambayo haionyeshi tena maisha yako lakini inaendelea kukuelezea wewe.

Athari za kisaikolojia za kuendelea kuonekana hadharani hivi ni kubwa. Wenza wengi huelezea hisia ya kupotoshwa kwa wakati. Wanahisi wamegandishwa katika wakati wa kutengana, wakishindwa kusonga mbele bila kuburuta yaliyopita nyuma yao. Mahusiano mapya huhisi kama yana mzuka. Mafanikio huhisi kama hayana thamani kamili. Utambulisho huhisi umekwama.

Pia kuna mmomonyoko wa kimyakimya wa kujiamini. Wakati ukweli wako wa ndani unapogongana mara kwa mara na tafsiri ya umma, shaka huingia. Je, kwa kweli unatatizika, au unashindwa tu kusonga mbele ipasavyo? Je, mipaka yako ni mizuri, au ni njia ya kuepuka? Baada ya muda, mtazamo wa watu wa nje huanza kuzidi uwazi wa ndani.

Hasira mara nyingi huibuka hapa—sio tu kwa mpenzi wa zamani, bali pia kwa mfumo unaoendelea kuchota maana kutoka kwa maisha unayojaribu kujenga upya. Hasira hii mara nyingi huzuiliwa kwa sababu inathibitisha hadithi ileile unayojaribu kuitoroka. Kujieleza kunakuwa na hatari. Ukimya unakuwa unaoangamiza.

Ukatili wa hatua hii unatokana na kutokuwa sawa kwake. Hadithi ya mpenzi maarufu inaendelea mbele. Yako inazunguka nyuma. Unaombwa tena na tena—kwa njia isiyo ya moja kwa moja au waziwazi—kurudia sura ambayo tayari umeishi, ukaichambua, na ukaishi salama.

Hata hivyo, matarajio bado ni kwamba ufanye hivyo kwa heshima.

Mwenendo huu unafichua ukweli mkuu kuhusu upendo unaohusiana na umaarufu: mahusiano hayaishi yanapokwisha. Hayaishi hadi umma unapopoteza hamu. Hadi wakati huo, ukiwa katika hali ya kusimama—hauna mwenzi tena, lakini bado hujawahi uhuru kamili.

Wengine hurejesha udhibiti wa hadithi zao kwa kukataa kushiriki kabisa. Wanakataa mahojiano. Wanaacha kusahihisha uongo. Wanaacha kutoelewana kudumu. Kujiondoa huku kuna gharama, lakini kunaweza kuleta utulivu. Wengine hurejesha udhibiti wa hadithi zao kwa kusimulia hadithi yao mara moja, kwa masharti yao wenyewe, na kisha kufunga mlango.

Hakuna njia yoyote inayohakikisha nafuu. Zote mbili zinahitaji kukubali kupoteza udhibiti kabisa juu ya jinsi unavyoonekana.

Kinachohitajika katika sura hii si huruma, bali ni kutambuliwa. Kutambua kwamba uponyaji si mstari moja. Kwamba kutokuwa na uhakika si ugonjwa. Kwamba ukimya si udhaifu wa kuelewa mambo. Kwamba baadhi ya hadithi zinapinga miisho safi kwa sababu mahusiano halisi mara chache hupata suluhu kwa wakati uliopangwa.

Gharama ya mwisho ya kumpenda mtu maarufu siyo tu upotevu wa faragha, mamlaka, au ukaribu. Ni uvamizi wa muda mrefu wa maisha yako na simulizi ambalo hunaishi tena.

Uhuru, unapokuja, mara chache huwa na mambo ya kusisimua. Hufika kimya kimya, wakati unapokoma kujipima kulingana na jinsi hadithi inavyotarajia utendeke. Unaporuhusu uponyaji wako usivutie kamera. Unapokubali kwamba kueleweka vibaya wakati mwingine ndiyo gharama ya kuwa mtu kamili.

Ni wakati huo tu ndipo uhusiano huisha kweli—siyo wakati umma unaacha kutazama, bali ni wakati unaacha kuigiza matukio yake ya baadaye.

Sehemu ya V: Kuondoka, Kubaki, Kustahimili

Sura ya 16: Uamuzi Ambao Hakuna Anayeuona

Uamuzi wa kuacha mwenza maarufu huwa si wa ghafla mara nyingi. Hautiwi kama mgongano wa kusisimua au hatua moja ya mwisho ya kuvunjika. Mara nyingi zaidi, hujengeka kimyakimya, ukikusanyika kwa muda katika nyakati ndogo sana ambazo hazingewahi kurekodiwa kama ushahidi. Ujumbe usiojibiwa. Hatua muhimu iliyopitwa. Ufahamu wa polepole kwamba maisha yako yamekuwa kiambatisho cha maisha ya mtu mwingine—karibu, ya kusaidia, lakini si ya msingi kamwe.

Watu wengi hufikiria kuondoka kama tukio la mlipuko. Usaliti wa mwisho. Mzozo wa uamuzi. Wakati wa uwazi uliokuzwa na maumivu. Njozi hii inaendelea kuwepo kwa sababu hurahisisha kuelewa tukio la kuondoka. Huweka sababu na matokeo yake. Huwaahakikishia watu wa nje kwamba uamuzi huo ulikuwa na msingi.

Kihalisi, uamuzi mara nyingi huhisi kama wa kiutawala.

Unaanza kwa kufanya hesabu. Sio ya upendo—ambao bado unaweza kuwepo—bali ya uvumilivu. Mara ngapi unasubiri. Kiasi gani unajirekebisha. Mara kwa mara unavyopunguza matarajio ili kuepuka kukatishwa tamaa. Unagundua ni kiasi gani cha nguvu zako kinatumika kusimamia maisha ya mtu mwingine badala ya kuishi yako mwenyewe.

Orodha hii haichukuliwi mara moja. Hujitokeza polepole, wakati mwingine kwa kusita. Unajikuta ukitamani utulivu, si shauku. Kuhusu kujitegemea, si mapenzi ya kimahaba. Kuhusu siku ambazo hazijaundwa na kalenda ya mtu mwingine. Mawazo haya yanaweza kuja na hisia ya hatia badala ya uwazi. Kutaka machafuko kidogo huhisi kama ukosefu wa uaminifu wakati machafuko yamechukuliwa kama gharama ya ubora.

Kwa wenza wa watu mashuhuri, hesabu hii inakuwa ngumu zaidi kutokana na umaarufu. Kuondoka si uamuzi wa kimahusiano tu; ni uamuzi wa kimfumo. Kuondoka ni kupoteza si tu mtu huyo, bali pia miundombinu inayomzunguka. Usalama wa kifedha. Uthabiti wa makazi. Ulinzi wa kijamii. Kinga ya sifa. Ufikiaji wa mawakili, wanahabari, na wasimamizi wa migogoro. Rasilimali hizi mara chache huzungumziwa kama sehemu ya mapenzi, lakini ni muhimu yanapoisha.

Kukaa, kinyume chake, kunatoa mwendelezo. Kutojisikia vizuri kunafahamika. Hatari iko chini ya udhibiti. Kuondoka kunaleta sintofahamu katika nyanja nyingi kwa wakati mmoja. Hauishi tu uhusiano; unatoka katika mfumo mzima.

Hii inafanya uamuzi huo uonekane si wa ujasiri bali zaidi kama tathmini ya hatari.

Unaanza kuuliza maswali ambayo hayaonekani ya kimapenzi lakini ni muhimu. Je, naweza kumudu kuondoka? Nitaishi wapi? Hii itaathirije watoto wangu? Nitasemwa nini? Nadhani nini kitakachodhaniwa nikikaa kimya? Nini kitatokea nikizungumza? Kila swali huifanya uamuzi kuwa mgumu zaidi badala ya kuufafanua.

Pia kuna uzito wa gharama zilizotumika. Miaka iliyowekezwa. Dhahabu zilizotolewa. Nyongeza zako ulizoziacha ili uhusiano ufanye kazi. Kuondoka kunaweza kuhisi kama kukiri kwamba dhahabu hizo hazikuleta faida. Kadiri umekaa kwa muda mrefu, ndivyo inavyokuwa vigumu zaidi kufikiria kuondoka bila kujilaumu.

Hii ndiyo sababu wenza wengi huelezea uamuzi huu kama kitu kinachotokea kabla ya kukubalika. Kihisia, unaweza kuondoka miezi au miaka kabla ya kuondoka kimwili. Unajitenga kidogo kidogo. Unaacha kuanzisha mambo. Unaacha kupanga mustakabali wa muda mrefu. Unaacha kupigana vita ambavyo vinaonekana visivyo na ushindi. Wakati uamuzi unaposemwa waziwazi, tayari umeishi ndani ya nafsi yako.

Kinachofanya uamuzi huu kuwa wa upweke hasa ni kwamba mara chache hushuhudiwa. Marafiki wanaweza kuhisi kutoridhika, lakini hawaoni majadiliano ya kila siku. Umma huona upendeleo. Watu wa nje huona fursa. Uharibifu wa kimyakimya unaopelekea kuondoka hutokea bila watazamaji.

Pia kuna hofu—sio tu ya kupingwa, bali ya kutokuonekana. Baada ya miaka ya kujulikana kupitia ukaribu, kuondoka kunamaanisha kukabiliana na nafsi inayokuwepo bila mwangaza unaoakisiwa. Hii inaweza kuhisika kama hasara hata wakati ni ya lazima. Unajiuliza wewe ni nani bila mfumo wa uhusiano huo. Una wasiwasi kwamba kujichagua kutakufanya uwe mdogo zaidi.

Mwenzi maarufu huenda asione uamuzi ukija. Kwa mtazamo wao, mambo yalikuwa yakifanya kazi. Ulikuwepo. Ulikuwa msaada. Hukudai mengi. Ukosefu wa mzozo huchukuliwa kimakosa kuwa ni ridhaa. Unapofikisha uamuzi wako hatimaye, mara nyingi hupokelewa kama ghafla, ingawa ulikuwa umekuwa ukitayarishwa kwa muda mrefu.

Ukweli huu unaweza kuongeza mashaka. Unajiuliza kama uliwasilisha wazi vya kutosha, kama ungetakiwa kujitahidi zaidi, kama kuondoka kwako ni mapema mno. Hamu ya kujitetea inaongezeka, hata ukiwa unajua kuwa utetezi hautaweza kuwa kamili.

Uamuzi pia huundwa na wakati unaofaa. Unasubiri wakati unaofaa, ambao mara chache huja. Kuna mradi unaokamilika kila wakati, ziara inayoanza, au mgogoro unaojitokeza. Kuondoka kwako huonekana kuwa usumbufu kwa chaguo-msingi. Hatimaye, unagundua kuwa kusubiri ruhusa ni njia nyingine ya kubaki bila kikomo.

Kinachotambuliwa mara chache zaidi ni kwamba uamuzi huu mara nyingi hufanywa bila uhakika. Haondoki kwa sababu una uhakika utakuwa na furaha zaidi. Unaondoka kwa sababu una uhakika huwezi kuendelea kama ulivyo. Uhakika huo ni hasi badala ya kuwa wa matumaini. Unahusu mipaka, si maono.

Hii hufanya uamuzi huo kuwa mgumu kuuelezea. "Nilikuwa nikitoweka" haitafsiriki kwa urahisi katika kauli fupi za kuvutia. "Sikuweza tena kutambua maisha yangu" haikidhi udadisi. Uamuzi huo unapinga kuelezwa kwa mpangilio wa matukio kwa sababu unatokana na mkusanyiko wa mambo badala ya tukio moja.

Na hivyo, mara chache husifiwa. Mara chache huieleweka. Mara nyingi husitikiwa—na wengine na na wewe mwenyewe.

Hata hivyo, uamuzi huu unaashiria uthibitisho tulivu wa uwezo wa kujitegemea. Ni wakati ambapo kuzoea hali kumalizika na uandishi kuanza. Sio kwa sababu njia ya mbele ni wazi, bali kwa sababu gharama ya kubaki imekuwa dhahiri kabisa.

Uamuzi ambao hakuna mtu anayeuona si wa kishujaa. Si wa kusisimua. Mara nyingi hufanywa kimya, bila uhakika, na dhidi ya shinikizo kubwa. Lakini ni halisi. Na kwa wengi wanaoufanya, ni wakati wa kwanza kwa miaka mingi ambapo maisha yao hayaizunguki tena nguvu za mvuto za mtu mwingine.

Kuacha mshirika maarufu si mara zote ni kuhusu kukataliwa. Wakati mwingine ni kuhusu kurejesha uwiano—kurejesha maisha ambayo mahitaji yako si tena ya pembeni.

Huenda dunia isijue kamwe ulipofanya uamuzi. Huenda isijue kamwe kwa nini. Lakini uamuzi huo, ukishafanywa, hubadilisha kila kitu.

Sio kwa sauti kubwa.

Sio hadharani.

Lakini kwa njia isiyoweza kurekebishwa.

Sura ya 17: Gharama za Kuondoka

Kila uhusiano una gharama za kuondoka. Muda uliopotea. Tabia zilizovunjika. Mustakabali ulioandikwa upya. Hata migawanyiko yenye afya zaidi huhusisha huzuni, marekebisho, na ujenzi upya wa utambulisho polepole.

Mahusiano ya watu mashuhuri huongeza gharama hizo mara nyingi—kifedha, kisheria, kisaikolojia, na kiutambulisho.

Kuacha mwenza maarufu si mwisho tu wa ukaribu. Ni kuvunja mfumo mzima wa maisha.

Gharama zinazoonekana zaidi ni za kisheria. Makubaliano ya usiri mara nyingi huwa tayari yameshafanywa kabla ya uhusiano kuisha, yakisainiwa bila umakini katika siku za mwanzo kama ulinzi wa kawaida. Wakati huo, yanaweza kuonekana hayana maana, au hata ya kupendeza—ushahidi kwamba uhusiano huo upo ndani ya ulimwengu wa kipekee. Baada ya kuachana, yanakuwa mfumo unaofunga. Unachoweza kusema. Usichoweza kufafanua. Ni matoleo gani ya ukweli yanayopaswa kubaki hayajakamilika milele.

Makubaliano hujadiliwa si tu kutatua mizozo, bali pia kudhibiti hatari. Mipango ya malezi inaweza kujumuisha itifaki za usalama, vizuizi vya kusafiri, na tabaka za upatanishi wa kisheria ambazo wazazi wengi hawazifahamu. Hata migogoro ya amani hupitia kwa mawakili waliofunzwa kutarajia vichwa vya habari badala ya uponyaji.

Uhalali huu wa kutengana huondoa ukaribu katika mchakato. Hisia zinakuwa vifungu. Maumivu yanakuwa lugha inayopaswa kudhibitiwa kimkakati. Unajifunza haraka kwamba uaminifu si sawa na ruhusa.

Gharama za kifedha hufuata kwa karibu. Wenza wengi huacha mahusiano wakiwa na mali kidogo sana kuliko watu wa nje wanavyodhani. Maisha ya pamoja mara nyingi hudumishwa na miundo ambayo mpenzi asiye maarufu haidhibiti: kampuni za utayarishaji, mizunguko ya udhamini, vyombo vya uwekezaji, na amana. Upatikanaji unapotea haraka zaidi ya kipato. Kuhama pekee kunaweza kuleta mtafaruku—kuondoka katika nyumba salama, kuacha mitaa iliyochaguliwa kwa ajili ya faragha, na kuzoea udhaifu wa kawaida baada ya miaka ya ulinzi.

Pia kuna gharama ya taaluma zilizokatizwa. Wenza walioacha au kubadilisha maisha yao ya kitaaluma ili kuendana na ratiba ya mtu mwingine mara nyingi hujikuta wakiianza upya wakiwa na hasara. Mapengo yanapaswa kuelezewa. Mitandao imepungua. Matamanio yaliyowahi kucheleweshwa yanaweza kuonekana vigumu zaidi kuyafikia tena.

Gharama hizi za kimwili ni kubwa, lakini si hizo zinazodumu zaidi.

Gharama za kina zaidi za kuondoka ni za kisaikolojia.

Wenza wa zamani mara nyingi huelezea huzuni inayopotosha: upotevu wa kutotambulika baada ya kuwa na umuhimu. Ukiwa katika uhusiano, umakini—haijalishi ulikuwa usio wa kustarehesha kiasi gani—ulikuwa na muktadha. Ulikuwa unatambulika *kama* kitu fulani. Mke/mume. Mpenzi. Mtu wa kudumu. Uhusiano unapomalizika, maelezo hayo hupotea, lakini umakini haufuati mara moja.

Huenda bado unatazamwa, unadhaniwa, na kutajwa—bila ulinzi wa kuwa sehemu ya kundi. Kuonekana huku katika kipindi cha mpito kunatetemesha kwa namna ya kipekee. Huwezi tena kuwa kitovu, lakini bado hujafichika. Kila kuonekana hadharani kunahimiza tafsiri. Kila kutokuwepo kunachukuliwa kama nia.

Hatimaye, umakini hupungua. Na unapopungua, ukimya unaweza kuhisika kama hasara nyingine.

Ulimwengu hauwaweki watu tayari kwa huzuni ya kurudi kuwa wa kawaida tena baada ya kuwa karibu na maisha ya kipekee. Sio kwa sababu umaarufu una thamani kiasili, bali kwa sababu uliunda maisha ya kila siku. Uliamua mipango, mizunguko ya kijamii, hata jinsi unavyojiona. Kuupoteza kunahitaji zaidi ya kujirekebisha; kunahitaji kuomboleza.

Pia kuna upotevu wa udhibiti wa simulizi. Ukiwa ndani ya uhusiano huo, huenda ulikuwa na ushawishi fulani juu ya jinsi mambo yalivyowekwa kwenye hadithi—nini kilikanuswa, nini kililainishwa, nini kiliachwa tu. Baada ya kuondoka, simulizi huendelea bila wewe. Hadithi ya mwenza maarufu inaendelea mbele. Mahusiano mapya huibuka. Njia za ukombozi huundwa. Wewe hutajwa, kama kutajwa kabisa, kama sehemu ya mandhari.

Hii inaweza kuhisiwa kama kufutwa ambako kumejengeka juu ya msiba.

Marafiki ambao hapo awali walivutiwa sasa wanaweza kujisikia vibaya. Mazungumzo ambayo hapo awali yalikuwa yakihusu uhusiano wako na mpenzi maarufu sasa yamesimama. Watu hudhani uko sawa kwa sababu ulinusurika kwenye jambo la kuvutia. Hawafahamu kuwa kunusurika na kustawi si vitu vilevile.

Wenza wengi wa zamani huripoti aibu ya ajabu katika kipindi hiki. Aibu ya kukosa maisha wanayoyajua hayakuwa endelevu. Aibu ya kupambana baada ya kitu kilichoonekana kuwa cha kutamaniwa. Aibu ya kutaka kutambuliwa bila kutaka umakini.

Unahuzunika faraghani kwa sababu huzuni ya hadharani ingetafsiriwa vibaya. Unaangalia usionekane mwenye chuki. Unabadilisha huzuni kuwa hali ya kutokuwa na hisia. Unajifunza kwamba hata uponyaji wako lazima uwe wa busara.

Gharama nyingine ya kutoka ni imani katika mahusiano. Baada ya kumpenda mtu ambaye maisha yake yalikuwa yakiongozwa na mamlaka, wapenzi wengi hupata shida kurekebisha matarajio yao. Mahusiano ya kawaida yanaweza kuonekana kimya kwa njia ya kudanganya. Utabiri unaweza kujifanya kama ukosefu wa shauku. Uhuru unaweza kuonekana kama kitu kisichojulikana baada ya miaka ya kuzoea.

Unaweza pia kuanza kuhoji uamuzi wako mwenyewe. Ulizoeaje ukosefu huu mkubwa wa usawa? Kwa nini ulibaki kwa muda mrefu kiasi hicho? Maswali haya hayaji kama kujikosoa, bali kama majaribio ya kulinda mustakabali. Hata hivyo, yanaweza kuwa mazito.

Pia kuna gharama ya kueleweka vibaya kwa kudumu. Umma mara chache hubadilisha dhana zake. Ikiwa ulionekana kama mtu anayesaidia, unabaki kuwa msaidizi—hata kama usaidizi huo ulikugharimu wewe mwenyewe. Ikiwa ulionekana kuwa mgumu, lebo hiyo hudumu bila kujali muktadha. Hakuna mchakato wa rufaa kwa masalio ya simulizi.

Kinachofanya gharama hizi za kuondoka kuwa za upweke hasa ni kutokuwepo kwa mila. Hakuna njia iliyokubalika kijamii ya kuomboleza maisha yaliyoonekana kuwa na fursa lakini yaliyohisiwa kuwa ya kubana. Malalamiko husikika kama kutojithamini. Maumivu husikika kama ya kuigizwa. Kimya husikika kama cha kutiliwa shaka.

Hivyo basi, watu wengi hujivunia gharama hizo kimyakimya.

Wanajijenga upya polepole. Wanachagua kutotajwa kwa makusudi. Wanafasili upya mafanikio kwa vigezo vidogo na thabiti. Amani inachukua nafasi ya kuonekana wazi kama kipimo. Udhibiti unachukua nafasi ya upatikanaji. Uadilifu unachukua nafasi ya ukaribu.

Kadiri muda unavyopita, wengi huripoti kitu kisichotarajiwa: faraja. Sio furaha hasa, bali ni upana. Maamuzi yaliyofanywa bila kukokotoa. Siku zisizotambuliwa. Mahusiano yanayojadiliwa kwa usawa.

Gharama za kutoka hazitoweki kabisa. Zinabaki kama uhalisia wa kifedha, mipaka ya kisheria, na majeraha ya kihisia. Lakini zinakuwa za kuvumilika pindi zinapoacha kutoa riba.

Kuachana na uhusiano wa mtu maarufu ni ghali kwa njia ambazo mara chache huonekana kwenye taarifa za mizani ya fedha. Lakini kwa wale wanaofanya hivyo, gharama ya kuendelea ilikuwa tayari haikuweza kumudu.

Ulimwengu huenda usitambue kamwe mabadilishano hayo.

Lakini mtu anayefanikiwa huishi na tofauti hiyo kila siku.

Sura ya 18: Kujibuni Upya Utambulisho Baada ya Ukaribu wa Umma

Baada ya uhusiano uliokuwa wazi sana kuisha, urejeshaji wa utambulisho hauleti faraja. Hufika kama mkanganyiko.

Kwa muda mrefu, uliishi kwa kuzingatia mvuto wa mtu mwingine. Jina lako, lilipotamkwa, lilimwita mwingine. Uwepo wako ulikuwa na muktadha. Ulijulikana *kama* kitu fulani kabla ya kujulikana *kwa* chochote. Hata faragha yako ilikuwa na maana kwa sababu ilikuwa karibu na kuonekana.

Muundo huo unapotoweka, upweke haujisikiki kuwa na amani mwanzoni. Huleta mchanganyiko.

Wewe ni nani wakati hakuna anayekuona?

Wewe ni nani wakati hakuna anayeuliza?

Wewe ni nani wakati chaguo zako hazihitaji tena maelezo, utetezi, au ukimya wa kimkakati?

Maswali haya yanasona kifalsafa, lakini yanaishiwa kivitendo. Unayahisi asubuhi zisizo na ratiba zinazoamriwa na taaluma ya mtu mwingine. Katika mazingira ya kijamii ambapo hakuna anayepima umuhimu wako. Katika maamuzi ambayo ghafla ni yako peke yako, bila makubaliano au matokeo yanayokwenda zaidi ya wewe mwenyewe.

Wenza wengi wa zamani huelezea awamu hii kama ya kukosa mzito badala ya kuwa huru. Mfumo uliokuwa ukishikilia maisha ya kila siku pamoja umeondoka. Hakuna watazamaji, lakini pia hakuna maandishi ya kufuata.

Wengine hujitenga kabisa.

Huhamia maeneo ambako hawafahamiki. Hufuta mitandao ya kijamii. Hubadilisha utaratibu, mizunguko, hata mitindo. Faragha inakuwa si tu upendeleo, bali ni aina ya ukarabati. Kutokuwa na utambulisho kunahisika kama tiba. Kwa mara ya kwanza kwa miaka mingi, makosa yao yanakuwa madogo tena. Siku zao hazina mambo ya kipekee kwa njia zinazohisika kuwa za kulisha roho.

Lakini kujihami kuna changamoto zake. Ukimya unaweza kuongeza huzuni ambayo haijasuluhishwa. Bila viashiria vya nje, simulizi za ndani zinazidi kusikika. Unarudia maamuzi ya zamani. Unahoji ushiriki wako. Unajiuliza kama kutoweka kunaponya au ni kujificha tu.

Wengine huchagua njia kinyume.

Wanaingia tena katika maisha ya umma kwa makusudi. Wanafanya mahojiano. Wanachapisha insha. Wanaunda taaluma zinazodai umiliki wao. Hii si mara zote ni kuhusu kupata umaarufu; mara nyingi ni kuhusu kusahihisha. Ni kukataa kuruhusu hadithi iishe bila sauti yao. Ni azma ya kujulikana kwa masharti yao wenyewe, hata kama mwonekano huo haufurahishi.

Njia hii, pia, ni ngumu. Kujitokeza tena kunaleta uchunguzi. Motisha zinahojiwa. Maumivu yanachambuliwa. Nguvu inashukiwa. Unashutumiwa kwa kutumia yaliyopita hata unapojaribu kuyavuka. Kurejesha simulizi hakuhakikishi uhuru kutoka kwake.

Kujiondoa wala kujibuni upya hakutoi suluhu kamili.

Kazi ngumu zaidi hufanyika ndani, mbali na chaguo zote mbili.

Huanza kwa kutenganisha kati ya wewe ulivyokuwa na wewe uliyehitajika kuwa.

Katika mahusiano ya watu mashuhuri, utambulisho mara nyingi hubadilika. Unakuwa mtulivu zaidi, mnyumbufu zaidi, na mvumilivu zaidi. Unajifunza ni mahitaji yapi ni ya busara na yapi ni ya kuvuruga. Unayachukulia vizuizi ndani hadi yanapokuwa kama sifa za utu. Baada ya muda, mabadiliko haya hujifanya kama tabia.

Baada ya uhusiano kuisha, tabia hizi hudumu. Unajidharau bila kukusudia. Unatabiri mahitaji ya wengine kabla ya yako. Unasita kuchukua nafasi yako. Mifumo hii haitoweki kwa uhuru; inahitaji kujifunza kusahau.

Kujibuni upya haimaanishi kuwa mtu mwingine. Ni kuhusu kuchimba mtu wa zamani—mtu aliyekatizwa.

Uchimbuzi huu ni wa polepole. Hutokea kupitia vitendo vidogo badala ya matamko makubwa. Kuchagua kile unachotaka kweli kula. Kusema hapana bila kutoa sababu. Kufanya mipango ambayo haiboreshi matokeo ya mtu mwingine yeyote. Kujiruhusu kuwa usumbufu.

Kuna huzuni iliyojificha katika mchakato huu. Unaomboleza toleo lako ambalo lingekuwepo kama mazingira yangekuwa tofauti. Unaomboleza muda uliotumika kujadiliana badala ya kuishi maisha yako. Huzuni hii haimaanishi uhusiano huo ulikuwa kosa. Inamaanisha ulikuwa na gharama kubwa.

Wengi hupambana na hisia za hatia katika awamu hii. Hisia za hatia kwa kuchukia kitu ambacho hapo awali kilionekana kama heshima. Hisia za hatia kwa kutaka vitu vya kawaida baada ya kuwa karibu sana. Hisia za hatia kwa kufafanua upya mafanikio mbali na utambuzi.

Lakini uponyaji mara chache huendana na maonyesho.

Kadiri utambulisho unavyotulia, vigezo vipya hutokea. Amani inakuwa ishara. Ulinganifu unakuwa wa kuvutia. Mahusiano yasiyohitaji tafsiri huhisiwa kuwa ya kimapinduzi. Unagundua jinsi inavyotumia nguvu kidogo kuonekana na mtu ambaye yeye mwenyewe haangaliwi.

Pia unajifunza kuvumilia kutokuwa maarufu tena. Hii inaweza kuhisi kama upungufu hadi inapokoma kuwa hivyo. Hatimaye, kutonekana kunakoma kumaanisha kutokuwa na umuhimu na kuanza kumaanisha uhuru wa kujitegemea. Huwezi tena kuwa kigezo katika hadithi ya mtu mwingine. Huna haja ya kuonyesha mwendelezo.

Uandishi hubadilisha mwitikio.

Hapa ndipo uponyaji huanza hasa—sio kwa msamaha, sio kwa kufunga pazia, sio kwa uelewa wa umma—bali kwa mamlaka tulivu ya kuchagua maisha yako mwenyewe.

Kujibuni upya utambulisho baada ya umaradufu wa umma si jambo la kusisimua. Halivuma. Halina hitimisho safi. Hujitokeza kwa njia isiyo sawa, kwa faragha, mara nyingi bila mashahidi.

Lakini ni halisi.
Na kwa wale wanaoikamilisha, thawabu si utambuzi.
Ni uwiano.

Sura ya 19: Kubaki — Kuchagua Gharama kwa Uelewa

Sio wote wanaobaki wamefungwa. Ukweli huu mara nyingi hupotea katika mazungumzo yanayoelezea mahusiano ya watu mashuhuri kupitia tu madhara au kutokuepukika. Watu wengine hubaki si kwa sababu hawawezi kuondoka, bali kwa sababu wanachagua kufanya hivyo—kwa uwazi, uwezo wa kushawishi, na uelewa wa kweli wa kile ambacho uhusiano unahitaji.

Kubaki, katika kesi hizi, si jambo la kukubali tu. Ni kwa makusudi.

Tofauti hii ni muhimu kwa sababu uvumilivu mara nyingi huchukuliwa kimakosa kuwa nguvu. Katika utamaduni wa watu mashuhuri, kubaki mara nyingi husifiwa bila kufikiri: kama uaminifu, kama ustahimilivu, kama kujitolea kwa ajili ya upendo chini ya shinikizo. Lakini uvumilivu peke yake si wema. Uvumilivu bila uwezo wa kuchukua hatua ni kujinusuru. Uvumilivu ukiwa na uwezo wa kuchukua hatua ni chaguo.

Kubaki kwa afya huanza na kukata tamaa.

Hadithi za kubuni lazima zife kwanza—wazo kwamba umaarufu utaisha, kwamba mafanikio yatapunguza kasi, kwamba mafanikio mengine moja yatawezesha kuwepo. Wapenzi wanaodumu licha ya umaarufu hufanya hivyo baada ya kuachana na ndoto kwamba hatimaye utadhibitiwa kama kazi ya kawaida. Umaarufu haubadiliki kuwa wa kawaida. Unazidi kuwa mkali.

Wale wanaobaki wanaelewa hili mapema kwa makusudi. Wanaacha kusubiri taaluma itulie na wanaanza kujadiliana kulingana na ukweli kwamba haitatulia.

Mazungumzo haya lazima yawe wazi.

Muda hauwezi kuchukuliwa kuwa utapatikana. Uwepo hauwezi kudokezwa. Uaminifu hauwezi kutegemea tabia pekee wakati fursa na upatikanaji vinapotosha kishawishi. Faragha lazima ifafanuliwe, si kutegemewa tu. Nguvu lazima ikubaliwe badala ya kukanushwa.

Mahusiano mengi ya watu maarufu hushindwa si kwa sababu upendo unapotea, bali kwa sababu masharti haya hayawahi kuzungumzwa waziwazi. Mpenzi asiye maarufu hujirekebisha kimyakimya. Mpenzi maarufu huchukulia kuwa msamaha ni wa hiari na si wa kulazimishwa. Kadiri muda unavyopita, ukimya huchukua nafasi ya ridhaa.

Kukaa kwa makusudi kunakataa ukimya.

Inahitaji uwazi kuhusu kalenda, si hisia tu. Kuhusu kazi ya kihisia, si mpangilio tu. Kuhusu kile kisichoweza kujadiliwa na kile ambacho ni usumbufu tu. Mazungumzo haya hayafurahishi hasa kwa sababu yanavunja hadithi ya kujitolea bila juhudi.

Kubaki kunafanya kazi tu pale mshirika maarufu anapoachana na dhana kwamba kazi yake inahalalisha kutokuwepo kwa muda wote.

Kuachana na dhana hii ni nadra. Umaarufu huwafundisha watu kuamini kazi yao ni ya kipekee na hivyo haibebi masharti. Kwamba uchovu wao ni mkubwa kuliko wa wengine. Kwamba kujitoa ni jambo la dhati na ni deni. Imani hizi zinaimarishwa na sekta, hadhira, na thawabu za kifedha.

Ili kudumu kwa afya, mwenzi maarufu lazima aache tabia hii iliyomzoesha. Lazima akubali kwamba mafanikio hayahalalishi uzembe, na kwamba ukaribu hauwezi kuachwa kwa wengine bila matokeo.

Hii haimaanishi usawa wa ratiba—inamaanisha usawa wa kuzingatia.

Kubaki kwa makusudi pia kunahitaji mipaka inayoweza kutekelezwa. Sio maombi ya kihisia, bali ni matokeo. Nini hutokea ikiwa makubaliano yamevunjwa. Nini kitabadilika ikiwa uwepo utadhoofika tena. Bila utekelezaji, mipaka inakuwa mapendekezo, na mapendekezo ni rahisi kupuuzwa chini ya shinikizo.

Wenza wengi wanaoendelea na uhusiano kwa mafanikio huelezea mabadiliko kutoka kwa kuombaomba hadi kupanga mipango. Wanaacha kuomba kuchaguliwa kihisia na wanaanza kudai kujumuishwa kivitendo. Mabadiliko haya yanaweza kuonekana kama ukosefu wa hisia, lakini ni ya kujikinga. Upendo bila mpangilio hupotea kwa urahisi kutokana na kasi ya maisha.

Pia kuna hesabu muhimu ya ndani inayohitajika.

Kubaki kwa makusudi kunamaanisha kukubali gharama bila kuipamba. Kunamaanisha kutambua kuwa baadhi ya hasara hazitarejeshwa: muda uliopotea, umakini usio sawa, nyakati za upweke. Haya hayapunguzwi umuhimu wake au kubadilishwa maelezo yake kama ujenzi wa tabia. Yanaitwa kama mabadilishano.

Ukweli huu huzuia chuki isienee.

Chuki hukua haraka zaidi watu wanapojihisi wamedanganywa na matumaini yao wenyewe. Ukiwa umechagua kubaki waziwazi, chuki haina nafasi kubwa ya kujificha. Kukatishwa tamaa bado kunapo, lakini ni kulingana na muktadha badala ya kuwa na madhara.

Kubaki kwa makusudi pia huzuia ujasiri wa kujitoa mhanga.

Wenza wanaostahimili umaarufu hawajengi utambulisho wao kwenye kujitolea. Wanadumisha vyanzo huru vya maana—kazi, jamii, maisha ya ndani ambayo hayazunguki mwenza maarufu pekee. Uhuru huu si tishio kwa ukaribu; ndicho kinachofanya ukaribu uwezekane bila kuporomoka.

Muhimu zaidi, kubaki kwa makusudi si jambo la kudumu. Hupitiwa tena mara kwa mara. Makubaliano hubadilika. Nyakati hubadilika. Kile kilichovumilika katika hatua moja huwa kigumu kuvumilika katika hatua nyingine. Kubaki hubaki kuwa chaguo tu ikiwa huendelea kuidhinishwa.

Hii ndiyo sababu baadhi ya mahusiano huisha hata baada ya vipindi vya kukaa kwa makusudi. Kuchagua gharama yake haimaanishi kuichagua milele.

Kinachotofautisha miisho hii na kushindwa ni uwezo wa kuchukua hatua. Watu wanapoondoka baada ya kukaa kwa makusudi, hufanya hivyo bila mkanganyiko kuhusu kwa nini walikaa au kwa nini wanaondoka. Uhusiano huo haukuvumiliwa kwa upofu; uliishiwa kwa makusudi.

Utamaduni wa watu mashuhuri mara chache huenzi hali hii ya kina. Unapendelea mambo mawili tu: waathiriwa na wahalifu, watafuta mali na watakatifu, watoa fursa na mashahidi. Kukaa kwa makusudi hakulingani kwa urahisi na mifumo hii.

Haijawa na msisimko mwingi. Haikidhi kiu ya kusimulia hadithi. Ni ya kweli zaidi.

Kwa wale wanaochagua, kukaa kunakuwa kitendo cha uandishi badala ya kufutwa. Sio kwa sababu umaarufu unakuwa mpole, bali kwa sababu ukaribu unalindwa kwa makusudi badala ya matumaini.

Kubaki kunawezekana tu endapo kunachaguliwa—siyo kuvumiliwa.

Na hata hivyo, si rahisi.

Lakini ni halisi.

Sura ya 20: Upendo Bila Hadhira

Mafanikio adimu zaidi katika mahusiano ya watu mashuhuri si kudumu kwa muda mrefu. Ni faragha.

Kubaki pamoja kunaonekana. Kutengana kunaeleweka. Upatanisho unaweza kuigizwa, kusimuliwa, kupigiwa makofi. Faragha, kinyume chake, haiachi ushahidi wowote. Haitoi uthibitisho. Inakatisha tamaa udadisi. Inawanyima watazamaji hitimisho.

Na kwa sababu inakataa kuridhika, ni mageuzi kimya kimya.

Katika utamaduni unaochukulia ukaribu kama maudhui, kuchagua kutojihusisha ni tendo la kukataa. Inasisitiza kwamba upendo hauhitaji mashahidi. Kwamba maana haiongezi kwa ukubwa. Kwamba uhusiano unaweza kuwa halisi hata kama unabaki usioeleweka kwa wageni.

Wapenzi wanaostahimili umaarufu mara nyingi hufanya hivyo si kwa kubobea katika utangazaji, bali kwa kujiepusha nao.

Wanapunguza kwa makusudi uwepo wao hadharani. Wanaacha kutoa visa fupi. Wanakataa ufafanuzi. Wanaacha uvumi upite bila kusahihishwa. Wanakubali kueleweka vibaya kama gharama ya kutotazamwa. Hii si ukosefu wa kujitokeza—ni mkakati.

Faragha, katika muktadha huu, si siri. Ni mpaka.

Tofauti hiyo ni muhimu. Siri inadokeza aibu, udanganyifu, kitu cha kufichwa. Faragha inathibitisha umiliki. Inasema: hiki si chako. Sio kwa sababu ni kosa, bali kwa sababu ni chetu.

Kwa wanandoa maarufu, kudumisha tofauti hii kunahitaji nidhamu. Sekta hii huzawadia upatikanaji. Wataalamu wa mahusiano ya umma huhimiza uhusiano wa karibu. Watu huitafsiri umbali kama ukosefu wa uchangamfu au kutokuwa imara. Kukataa shinikizo hizi kunamaanisha kuchagua kutojisikia vizuri kuliko kujidhihirisha.

Pia inamaanisha kuvumilia mapengo katika simulizi.

Wanandoa wanapokosa kujieleza, wengine hufanya hivyo. Ukimya huchochea uvumi. Kutokuwepo kunakuwa ushahidi. Faragha huchukuliwa kimakosa kama udhaifu au kiburi. Hata hivyo, wale wanaoihifadhi wanaelewa kwamba ufafanuzi mara chache hutosheleza kwa muda mrefu. Kuendeleza simulizi ni sawa na kuifundisha kurudi tena.

Kulinda nyakati za kawaida kunakuwa ndiyo mazoezi makuu.

Mlo bila simu. Mazungumzo yasiyoripotiwa baadaye. Migogoro inayobaki bila kusuluhishwa hadharani. Siku za kuzaliwa zisizotangazwa. Nyakati hizi zinaweza kuonekana ndogo, lakini ni muhimu kimuundo. Zinaunda nafasi ambapo ukaribu unaweza kuwepo bila maonyesho.

Kinachopotea kwa kufichuliwa si busara tu, bali pia ni utelezi. Wakati kila ishara inaweza kuonekana, tabia hubadilika. Watu hujirekebisha. Hutabiri mwitikio. Upendo hujawa na tahadhari.

Ufaragha hurudisha ukosefu wa tahadhari—uhuru wa kuwa asiye na mapambo, asiye na uthabiti, na asiye na hisia zilizopangwa. Hapa ndipo ukaribu wa kweli upo.

Kuchagua faragha pia hugawa upya nguvu ndani ya uhusiano.

Utanashati mara nyingi humfaa zaidi mwenza anayejulikana zaidi kwa kiasi kisicho cha usawa. Hupata udhibiti wa simulizi, mwonekano, na uthibitisho. Mwenza asiye maarufu sana huvumilia uchunguzi bila kuwa na usemi. Faragha huweka usawa katika eneo hili. Huondoa ukosefu wa usawa wa umakini na kuwezesha uhusiano kuwepo kwa masharti yake ya ndani.

Hii ndiyo sababu faragha mara nyingi hupingwa—sio tu na hadhira, bali na umaarufu wenyewe. Kuonekana ni sarafu. Kujiondoa huhatarisha umuhimu. Kwa wengine, kutoshuhudiwa huhisi kama kufutwa.

Lakini wapenzi wanaochagua faragha huipa maana mpya umuhimu.

Wanaacha kupima uhusiano kwa uthibitisho wa nje. Wanathamini uendelevu kuliko maoni. Wanaweka kipaumbele ustahimilivu kuliko mvuto. Upendo unakuwa kitu kinachofanya kazi badala ya kitu kinachotumbuiza.

Uamuzi huu unahitaji dhamira ya pande zote mbili. Mwenzi mmoja hawezi kulinda faragha peke yake. Ni lazima iimarishwe mara kwa mara, hata wakati inapovutia kubadilishana ufikiaji kwa ajili ya kupata idhini. Hasa wakati huo.

Ufaragha pia hubadilisha jinsi migogoro inavyoshughulikiwa. Kutokubaliana hakupunguzwi ukali kwa ajili ya umma. Hakuna shinikizo la kuonekana mnaafikiana kabla ya kupata suluhu. Muda huruhusiwa kufanya kazi yake. Kimya kinakuwa cha kupumzisha badala ya kuwa cha kutiliwa shaka.

Kukosekana kwa hadhira kunaruhusu hisia zisizokamilika. Maumivu hayahitaji kutatuliwa kwa urahisi. Msamaha hauhitaji kutangazwa. Ukuaji unaweza kubaki wa sehemu.

Hili ni kinyume kabisa na tamaduni za sasa.

Tunaishi katika wakati unaotaka uwazi kama uthibitisho wa uadilifu. Kimya huchukuliwa kama kuepuka. Faragha huchanganywa na hatia. Kuchagua kutoshiriki hufasiriwa kama kuficha.

Upendo bila hadhira hukataa dhana hii.

Inadai kwamba ukaribu hauongezi ubora kwa kuandikwa. Maana hiyo haihitaji tafsiri. Kwamba baadhi ya ukweli huchimba zaidi tu pale unapowekwa peke yake.

Si wanandoa wote wanaoweza kuchagua hili. Uhalisia wa miundo, motisha za kifedha, na majukumu ya mkataba vinazuia kujiondoa. Lakini wale wanaofanikiwa kufanya hivyo huelezea mabadiliko yanayoonekana. Uhusiano unakuwa mtulivu zaidi, imara zaidi, na usiojibu sana.

Haikiwi tena ya umati.

Katika utamaduni unaotumia mahusiano kama hadithi za kusimulwa, upendo usio na hadhira hupinga kutumiwa. Haimalizi kwa urahisi. Haufafanui wenyewe. Unaendelea tu—au hauendelei—bila kuuliza ruhusa.

Hii si ya kimahaba kwa mtazamo wa sinema. Haina msisimko. Haina matarajio kama ambavyo hadithi za watu maarufu mara nyingi huandaliwa.

Lakini ni imara.

Na katika ulimwengu wa umaarufu, kudumu ni aina yake ya upinzani.

Sura ya 21: Kile Umaarufu Haukirudishi

Umaarufu ni mkarimu kwa njia ambazo ni rahisi kuziorodhesha. Hutoa fursa za kufikia—vyumba, rasilimali, watu wanaoweza kuharakisha matokeo. Hutoa usalama—kinga ya kifedha, ulinzi wa kisheria, kinga dhidi ya udhaifu wa kawaida. Hutoa mzidishio—mawazo husafiri haraka zaidi, malalamiko husikika kwa sauti kubwa zaidi, ushindi huongezwa uzito.

Kwa sababu manufaa haya yanaonekana, mara nyingi huchukuliwa kimakosa kama fidia.

Lakini umaarufu una upungufu mkubwa katika kile unachoweza kurudisha.

Haiwezi kurejesha wakati.

Haiwezi kurekebisha ukosefu uliopita.

Haiwezi kuunda uhusiano wa kutoana pale ambapo haukuwahi kuwepo.

Vizuizi hivi mara chache hutambuliwa wakati uhusiano bado unaendelea. Huonekana tu kwa mtazamo wa nyuma, wakati daftari la hesabu hatimaye linapofungwa na ukosefu wa usawa unaweza kuchunguzwa bila matumaini kupotosha hesabu.

Wenza wengi wa zamani huelezea kuachana na mahusiano ya watu maarufu wakiwa na majuto maalum sana. Sio kwamba walipenda. Hata sio kwamba walibaki. Bali kwamba walingojea.

Walikuwa wakisubiri ratiba zipungue.

Waliendelea kusubiri ziara iishe, msimu ukimalizike, mradi ukamilike.

Walisubiri umakini urudi, uwepo utulie, uhusiano uendane na kazi.

Walingoja kutambuliwa—matoleo yao yatajwe, uvumilivu wao utambuliwe, subira yao ipewe thawabu.

Umaarufu hufundisha kusubiri kwa ustadi wa hali ya juu.

Huiweka kuchelewa kama uwekezaji. Huiweka tena kutokuwepo kama tamaa. Inaahidi malipo ya baadaye kwa uhaba wa sasa. Inaashiria kwamba upendo, kama mafanikio, unaweza kucheleweshwa bila madhara mradi matokeo yake yawe ya kuvutia vya kutosha.

Mantiki hii inavutia kwa sababu inaakisi jinsi taaluma zinavyojengwa. Fanya kazi sasa, furahia baadaye. Jitoe sasa, pata utulivu baadaye. Vumilia sasa, pumzika baadaye.

Lakini ukaribu hauendeshwi kwa ratiba za kucheleweshwa.

Muda uliopotea katika mahusiano hauongezi thamani. Hupotea tu. Uwepo uliokosekana hauwezi kuwekwa akiba. Upatikanaji wa kihisia uliocheleweshwa haujengeki; hupungua. Wakati hali inapoboreka, huenda uhusiano hauna tena uwezo wa kunyumbulika unaohitajika ili kufaidika.

Kile umaarufu hauwezi kurudisha ni mkusanyiko wa kawaida wa maisha yaliyoshirikiwa.

Chakula cha jioni ambacho hakikutokea. Asubuhi zilizoharakishwa au kupitwa kabisa. Mazungumzo yaliyohairishwa mara nyingi mno kiasi cha kutoweza kuwa na umuhimu. Mwingiliano wa kihisia unaohitaji urudiaji, si ukali.

Hasara hizi ni kimya. Hazijitangazi kama uharibifu. Hujihisi kama usumbufu hadi ghafla zinajihisi kama umbali.

Umaarufu una ustadi hasa wa kuficha uchakavu huu kwa sababu hutoa mbadala. Zawadi badala ya muda. Fursa ya kupata badala ya umakini. Uthibitisho wa umma badala ya uhakikisho wa faragha. Mabadiliko haya yanaweza kudumisha uhusiano kwa muda, lakini hayautunzi.

Hatimaye, mfumo huu wa mbadala huporomoka.

Wenza wengi huelezea wakati wa kutambua unaowadia bila drama. Wanagundua kwamba hata kama kila kitu kingepungua kesho—hata kama kazi ingesimama, shinikizo lingepungua, fursa zingebaki—mahusiano hayangepona yenyewe. Mengi yalikuwa tayari yamepita bila kushirikiana.

Ugunduzi huu unaharibu sana hasa kwa sababu hauletwi na usaliti au nia mbaya. Unasababishwa na kasi ya maisha.

Umaarufu huongeza kasi na kisha hutendea matokeo yake kama dhamana.

Kitu kingine ambacho umaarufu hauwezi kurudisha ni uwiano.

Katika mahusiano ya watu mashuhuri, vipaumbele huendelea kuhalalishwa kwa kuzingatia ukubwa. Fursa hii ni ya mara moja tu maishani. Kuonekana huku ni muhimu sana. Dirisha hili ni dogo. Dhidi ya mfumo huu wa fikra, mahitaji ya kibinafsi huhisiwa kuwa madogo, hata ya ubinafsi. Unayapuuza. Unasubiri.

Kadiri muda unavyopita, unaweza kusahau kwamba mahusiano pia yanaendeshwa kwa kiwango—kwamba uzembe unaorudiwa kila siku unazidi uzito kuliko ishara kubwa zinazotolewa mara kwa mara. Kwamba ukaribu unategemea zaidi uthabiti kuliko ukubwa.

Wenza wanapoondoka, mara nyingi hugundua jinsi dira zao za ndani zilivyokuwa zimepotoshwa. Walikuwa wamekubali uhaba wa kihisia kama jambo la kawaida kwa sababu mazingira yao yalikuwa ya kipekee. Mahitaji ya kawaida yalionekana kuwa yasiyo na msingi kwa kulinganisha.

Kurekebisha upya baada ya upotoshaji huu kunachukua muda. Unajifunza upya jinsi usawa unavyohisika. Unagundua jinsi mambo machache yanavyopaswa kujadiliwa. Unatambua kiasi ulichovumilia hapo awali bila kukitaja.

Umaarufu pia hauwezi kurudisha uandishi.

Wakati wakiwa ndani ya uhusiano, wapenzi wengi huhisi maisha yao kama ya kujibu matukio. Ratiba huamuliwa mahali pengine. Maamuzi huundwa kulingana na jinsi yanavyoonekana. Kimya hihimizwa kama mkakati. Hata mafanikio binafsi huchujwa kupitia uwezekano na hatari.

Kusubiri hakukuwa tu suala la muda, bali la kimaisha. Unasubiri kuishi kikamilifu hadi hali zitakapoboreka. Unaahirisha sehemu za nafsi yako. Unaichelewesha kujiunda kikamilifu.

Uhusiano unapokwisha—au unapotoka hatimaye kwenye mvuto wake—unakabiliana na ukweli kwamba sehemu kubwa ya maisha yako ilikuwa ya muda tu.

Kukabiliana huku kunauma, lakini kunaweka mambo wazi.

Unaona kwamba kusubiri hakulinda upendo; kulicheleweshaa chaguo. Unaelewa kwamba subira, inapodaiwa upande mmoja, si wema—ni uhamishaji. Unatambua kwamba uvumilivu bila kupokea vivyo hivyo si nguvu; ni uchovu.

Muhimu zaidi, ufahamu huu haukanushi upendo.

Wenza wengi walipenda kwa dhati nao wakapendwa isivyo kamilifu. Tatizo halikuwa hisia. Ilikuwa ni muundo. Umaarufu haukuharibu uhusiano kwa kuwa mkatili; uliudhoofisha kwa kuwa unajitia sana.

Kinachobaki baada ya utambuzi huu ni uelewa mkali zaidi wa kile ambacho upendo kwa kweli unahitaji.

Siyo sifa.

Sio kujitoa kunakofanywa kimya kimya.

Sio uvumilivu usio na kikomo.

Upendo wenye afya husogeza muda kuelekea kwako badala ya kukuachia mbali. Huleta uwepo wa sasa badala ya kuuhairisha. Hurudisha nguvu badala ya kuziondoa. Haiahidi kwamba mambo yatakuwa bora baadaye; huifanya iweze kuvumilika sasa.

Hiki ndicho umaarufu hauwezi kutoa, haijalishi unaonekana kuwa mkarimu kiasi gani.

Haiwezi kurejesha miaka iliyotumika kusubiri.

Haiwezi kurejesha mazungumzo ambayo hayajawahi kufanyika.

Haiwezi kuchukua nafasi ya wewe uliyechelewesha kuwa.

Lakini inaweza kufundisha, kwa njia isiyo ya moja kwa moja, kile usichopaswa kukubali tena.

Kwa wengi wanaoondoka, somo hili linakuwa faida ya kudumu zaidi. Wanaacha kusubiri katika mahusiano ya baadaye. Wanataja mahitaji mapema. Wanaamini uchovu kuliko fujo, uthabiti kuliko maajabu, na uwiano kuliko uwezekano.

Wanajifunza kwamba upendo unapaswa kupanua maisha, si kuyasimamisha.

Umaarufu unaweza kuongeza mambo mengi. Lakini hauwezi kuongeza muda uliopita.

Na upendo, unapokuwa na afya, hauitaji uubadilishe wakati wa sasa kwa ahadi ya siku moja.

Inakukutana mahali ulipo.

Sasa.

Hitimisho: Kuchagua Maisha Yanayoweza Kukushikilia

Kitabu hiki si hoja dhidi ya kuwapenda watu maarufu.

Ni hoja dhidi ya kupamba kwa upendo hali zinazofanya upendo usiweze kuishiwa.

Umaarufu, peke yake, si dosari ya kimaadili. Sio ushahidi wa kujipenda kupita kiasi, upungufu wa kihisia, au ukatili usioweza kuepukika. Watu wengi maarufu ni wakarimu, wanaotafakari, na wana uwezo mkubwa wa kupenda. Wengi hujitahidi kwa dhati kulinda mahusiano yao dhidi ya upotoshaji unaotokana na umaarufu na mamlaka.

Tatizo si tabia ya mtu binafsi.

Tatizo ni muundo.

Umaarufu ni mfumo—unaotuzawadia kuonekana kuliko uwepo, kutoa kazi nyingi kuliko umakini, utendaji kuliko ukarimu. Unahamasisha upanuzi wakati ukaribu unahitaji mipaka. Unachukulia muda kama rasilimali ya kutumiwa vibaya, wakati mahusiano yanahitaji muda wa kushirikiana. Upendo unapoingia katika mfumo huu, unashinikizwa kubadilika, kupungua, au kutoweka.

Wenza wengi hawatambui shinikizo hili mara moja. Mwanzoni, kuwa karibu na tamaa ya mafanikio kunaweza kuhisi kukupa nguvu. Kasi yake inahisi kuwa na maana. Majitoleo yanahisi kuwa ya muda mfupi. Wewe unajiambia kwamba awamu hii itapita, kwamba mambo yatatulia, kwamba upendo utafuata pindi kasi itakapopungua.

Lakini umaarufu mara chache hupungua kasi. Huongezeka kasi au hubadilisha kila kitu.

Gharama ya kumpenda mtu maarufu kwa kawaida hailipwi mara moja. Hakuna ankara moja inayofika ikitangaza uchovu. Badala yake, gharama hiyo hukusanyika kimyakimya—kupitia mahitaji yaliyocheleweshwa, mipaka iliyolegezwa, jumbe zisizojibiwa, na kutokuwepo kunakokuwa kawaida. Kile kilichowahi kuonekana cha kipekee kinakuwa cha kawaida. Kile kilichowahi kuonekana kinaweza kujadiliwa kinatoweka.

Wenza wengi hawatambui kuwa wanalipa hadi uchovu unakuwa hali ya kawaida. Hadi upweke unakuwa wa kawaida. Hadi kujifuta unakuwa kama ukomavu.

Hapo ndipo, swali si tena kama upendo upo. Mara nyingi huwa upo. Swali linakuwa ni kama upendo, kama unavyotendwa, unakuwezesha kuishi.

Tofauti hii ni muhimu kwa sababu utamaduni mara nyingi huona ustahimilivu kama uthibitisho wa kina. Ikiwa unaweza kuvumilia zaidi, basi ni lazima upendo ni halisi. Ikiwa unabaki licha ya kutokuwepo kwa usawa, basi ni lazima umejitolea. Ikiwa unateseka kimya kimya, basi ni lazima wewe ni imara.

Lakini mateso si ushahidi wa ukaribu.

Upendo haupaswi kukuomba utoweke ili uendelee kufanya kazi. Haupaswi kudai ukimya kama uaminifu au uvumilivu kama adhabu. Haupaswi kukuomba upunguze mahitaji yako ili maisha ya mtu mwingine yasitizame.

Upendo wenye afya hupanua maisha. Hutoa nafasi badala ya kubana. Hutoa sauti badala ya mbinu, usalama badala ya utendaji, heshima ya pande zote badala ya uvumilivu. Huruhusu mzozo bila kuanguka na uwepo bila kisingizio.

Pendo linapobana maisha yako kila mara—haijalishi muktadha ni wa hadhi gani—hilo si ukaribu tena.

Ni uchukuaji.

Kitabu hiki kimefuatilia uondoaji huo katika miundo mingi: ya kihisia, ya muda, ya kisaikolojia, na ya kimaelezo. Kimeonyesha jinsi ukosefu wa usawa wa madaraka unavyopotosha uhusiano wa kutoana, jinsi kuonekana kunavyofanya uponyaji kuwa mgumu, jinsi hadithi zinavyodumu zaidi kuliko mahusiano, na jinsi kusubiri kunavyokuwa njia ya kutoweka taratibu.

Lakini pia limeonyesha kitu kingine: kwamba ufahamu hurudisha uwezo wa kuchukua hatua.

Mara tu unapoweza kuitaja mfumo, unaweza kuacha kujilaumu kwa kupambana ndani yake. Mara tu unapoelewa muundo, unaweza kufanya maamuzi bila kuyahukumu kimaadili. Kubaki kunakuwa jambo unalofanya kwa makusudi, ukiwa na mipaka na masharti. Kuondoka kunakuwa jambo unalofanya bila aibu.

Kujichagua wewe mwenyewe si kushindwa kwa upendo.

Ni kutambua mipaka yake.

Kwa wengine, uchaguzi huo unamaanisha kujadiliana upya kuhusu uhusiano ili uweze kuwaweka wote wawili. Kwa wengine, unamaanisha kuondoka kwenye kitu ambacho hakiwezi kurekebishwa bila kuendelea kujifuta. Chaguo zote mbili zinahitaji uwazi. Zote mbili zinahitaji ujasiri. Hakuna kati yao chenye wema zaidi kuliko kingine.

Kinachojali ni kama maisha unayoishi yanaweza kukudumisha.

Umaarufu unavutia kwa sababu unaahidi umuhimu. Lakini umuhimu si sawa na uthabiti. Umakini si sawa na kujali. Ufikivu si sawa na kujihisi kuwa sehemu ya jumuiya. Wenza wengi hujifunza hili baada tu ya ukaribu kupoteza mvuto wake.

Hilo linapotokea, kazi inakuwa tulivu zaidi na ya kibinafsi zaidi. Haibaki kuwa kuhusu kuishi tu katika uhusiano, bali ni kuhusu kujenga maisha ambayo hayahitaji ustadi wa kuishi ili kuyaishi.

Maisha ambayo upendo hauongozwi kama mgogoro.

Maisha ambapo uwepo haupimwi kwa kipimo.

Maisha ambapo mahitaji yako hayaonekani kama kero.

Maisha haya yanaweza kusiwe na mwonekano mkubwa. Yanaweza kusiwe ya kuvutia sana kwa macho ya nje. Yanaweza yasikuletie uthibitisho au makofi.

Lakini inaweza kukushikilia.

Na mwishowe, hiyo ndiyo kipimo kinachojaliwa.

Sio jinsi ulivyokuwa karibu na mamlaka.

Sio kiasi ulivyovumilia.

Sio jinsi hadithi yako ilivyoonekana kuvutia kwa wageni.

Lakini ni kama maisha uliyochagua yalikuruhusu kubaki salama.

Wakati mwingine, kuchagua maisha hayo kunamaanisha kujiondoa kabisa kwenye mwangaza wa umma.

Wakati mwingine, inamaanisha kufafanua upya upendo ili usikuuombe tena kutoweka.

Vyovyote iwavyo, uchaguzi huo si wa ubinafsi.

Ni kibinadamu.

Na kwa wengi walioishi katika mzunguko wa umaarufu, ni chaguo la kwanza ambalo kwa kweli ni lao.

Marejeleo

Knowles-Carter, Beyoncé.

Lemonade. Parkwood Entertainment, **2016**.

Carter, Shawn "Jay-Z." *4:44*. Roc Nation, **2017**.

Aniston, Jennifer. Public interviews and media profiles, **2005–2023**.

Kidman, Nicole. Public interviews and retrospective commentary, **2001–2023**.

Prince Harry, Duke of Sussex. *Spare.* Random House, **2023**.

Diana, Princess of Wales. *Panorama* interview with Martin Bashir (BBC), **1995**.

(Referenced as public historical record.)

The New York Times. Celebrity profiles, cultural reporting, and relationship analysis, **2000–2024**.

The Guardian.

Coverage of public marriages, divorces, and media narratives, **1997–2024**.

Vanity Fair.

Long-form celebrity reporting and investigative profiles, **1990–2024**.

The Atlantic.

Essays on fame, intimacy, power, and modern relationships, **2000–2024**.

The New Yorker.

Cultural criticism related to privacy, performance, and identity, **1995–2024**.

Goffman, Erving.

The Presentation of Self in Everyday Life. Anchor Books, **1959**.

Hochschild, Arlie Russell.

The Managed Heart: Commercialization of Human Feeling. University of California Press, **1983**.

Illouz, Eva. *Consuming the Romantic Utopia: Love and the Cultural Contradictions of Capitalism.* University of California Press, **2007**.

Illouz, Eva.

Cold Intimacies: The Making of Emotional Capitalism. Polity Press, **2007**.

Sennett, Richard.

The Fall of Public Man. W. W. Norton & Company, **1977**.

Turkle, Sherry.

Alone Together: Why We Expect More from Technology and Less from Each Other. Basic Books, **2011**.

Boorstin, Daniel J.

The Image: A Guide to Pseudo-Events in America. Vintage Books, **1961**.

Lasch, Christopher.

The Culture of Narcissism. W. W. Norton & Company, **1979**.

Debord, Guy.

The Society of the Spectacle. Zone Books, English edition **1994** (original work **1967**).

American Bar Association.

Public resources on nondisclosure agreements and family law, **2010–2024**.

Entertainment Law Review.

Articles on privacy, contracts, and celebrity relationships, **2000–2024**.

California Family Code. Public statutes relevant to marriage, divorce, and custody, **updated through 2024**.

Televised interviews, press conferences, and award-season appearances, **1990–2024.**

Public court filings and divorce records where legally accessible

Verified statements and published remarks made on record by public figures.

Dokezo la Chanzo la Mwandishi

Kitabu hiki kinategemea pekee nyenzo zinazopatikana hadharani, kumbukumbu za kihistoria, mahojiano, na uchambuzi wa kitaaluma. Tafsiri zinatolewa ili kuchunguza mifumo ya kitamaduni na mienendo ya kimfumo badala ya kudai ukweli wa kibinafsi usiofichuliwa.

Kuhusu Mwandishi

Timothée Luwewe anaandika kuhusu madhara ya kihisia, kitamaduni, na kimahusiano ya umaarufu, mamlaka, na simulizi za umma. Kazi yake inachunguza kinachotokea maisha ya faragha yanapoishiwa chini ya uchunguzi mkali—na jinsi upendo, utambulisho, na uwezo wa kuchukua hatua vinavyoundwa upya wakati ukaribu unapokutana na maonyesho ya umma.

Yeye ni mwandishi wa kitabu *'Talaka 14 Zilizovuruga Zaidi za Watu Mashuhuri Zaidi ya Nyakati* Zote', uchunguzi mkali wa kijurnalisitiki wa migogoro ya watu mashuhuri unaotazama zaidi ya kashfa ili kufichua shinikizo za kimuundo—kutoridhiana kwa nguvu, uvamizi wa vyombo vya habari, na matarajio ya umma—zinazovunja uhusiano kabla hata makaratasi ya talaka kusainiwa. Kitabu hicho kilijenga sifa yake kwa uchambuzi wa kisheria ulio makini na wa kina kitamaduni wa ukaribu wa watu mashuhuri.

Kazi yake ya awali, ***Kile Umaarufu Kilichochukua kutoka kwa Upendo***, ilishughulikia mada hiyo kwa mtazamo wa kutafakari zaidi, ikifuatilia jinsi sifa, tamaa, na umaarufu vinavyoharibu uhusiano kimyakimya. Kitabu hicho kilijenga msingi wa kihisia kwa maswali yaliyoendelezwa katika *The Cost of Loving a Celebrity*: si nani anayepaswa kulaumiwa, bali ni nini umaarufu huchukua kimfumo.

Katika maandishi yake yote, Luwewe anapinga uandishi wa kusisimua akipendelea uwazi. Anaangazia zaidi mifumo kuliko umbeya, na zaidi gharama kuliko hukumu. Kazi yake inahusu kazi isiyoonekana ya mahusiano, simulizi zinazowekwa juu ya maumivu ya faragha, na maamuzi tulivu ambayo watu hufanya ili kuhifadhi utambulisho wao.

Gharama za Kupenda Mtu Mashuhuri inaendeleza mradi huu—ikitoa uchunguzi wa busara na wenye huruma wa upendo unaoishiwa chini ya umakini usio sawa, na kuuliza swali la mwisho, muhimu: si kama umaarufu unastahili, bali kama maisha yaliyoundwa kulizunguka yanaweza kuwabeba kikweli watu walio ndani yake.

Yaliyomo

Don't miss out!

Visit the website below and you can sign up to receive emails whenever Timothée Luwewe publishes a new book. There's no charge and no obligation.

https://books2read.com/r/B-A-EHCK-UZJZI

BOOKS 2 READ

Connecting independent readers to independent writers.

Did you love *Gharama ya Kupenda Mtu Mashuhuri*? Then you should read *Kile Umaarufu Kilichochukua kutoka kwa Upendo*[1] by Timothée Luwewe!

[2]

Kile Umaarufu Kilichochukua kutoka kwa Upendo ni uchambuzi wa kitamaduni wa kifasihi kuhusu jinsi kuonekana—umaarufu, ushawishi, mafanikio ya umma—kudhoofisha kwa kimyakimya ukaribu. Badala ya kuzingatia kashfa, kitabu hiki kinachunguza umaarufu kama nguvu ya kimuundo inayobadilisha uwepo kuwa utendaji, tamaa kuwa ufuatiliaji, na upendo kuwa dhima.*Kile Umaarufu Kilichochukua kutoka kwa Upendo* ni kazi ya fasihi isiyo ya kubuni inayochunguza jinsi kuonekana—umaarufu, ushawishi, mafanikio ya umma—kubadilisha kwa kimyakimya ukaribu. Badala ya kuzingatia kashfa au kushindwa kwa mtu binafsi, kitabu kinachukulia umaarufu kama hali ya

1. https://books2read.com/u/3kMpvO

2. https://books2read.com/u/3kMpvO

kimuundo inayobadilisha jinsi upendo unavyotendewa muda mrefu kabla haujaporomoka.Kitabu kinaanza kwa kuchunguza ukaribu kabla ya kufichuliwa: mahusiano yaliyojengwa juu ya uhuru wa kihisia, maisha ya ndani ya pamoja, na uhuru wa kutotambulika. Kisha kinafuatilia kuwasili kwa mtu wa tatu—watazamaji, jukwaa, tasnia, au simulizi—anayejiingiza katika uhusiano wa faragha. Kile ambacho mwanzoni kinaonekana kama fursa hatimaye kinakuwa shinikizo. Uwepo unachukua nafasi ya utendaji. Nguvu huingia kupitia ukosefu wa usawa na utegemezi.Kadiri mwonekano unavyoongezeka, hamu hupungua chini ya ufuatiliaji. Ukaribu unakuwa wa tahadhari na kujitambua. Wenza wanajihisi upweke si kwa sababu ya kutokuwepo, bali kwa sababu ya kuwa karibu bila kutambuliwa. Upendo, ambao hapo awali ulikuwa kimbilio, huanza kuhisiwa kama jukumu—kitu kinachoweza kufichua, kuzuia, au kutatiza utambulisho.Katikati ya kitabu, ukaribu unapita kizingiti muhimu na unakuwa maudhui. Mgogoro wa faragha hubadilishwa kuwa simulizi ya umma. Marekebisho huwa karibu hayawezekani chini ya uchunguzi mkali, kwani ukuaji unanyamazishwa na rekodi na kumbukumbu huhifadhiwa. Mahusiano yanapovunjika hatimaye, hayamaliziki kwa usafi; yanadumu hadharani, na kuwaacha watu wakiomboleza bila faragha.Sura za mwisho zinachunguza athari na uwajibikaji: utambulisho baada ya hasara ya hadharani, mapambano ya kurejesha maisha ya ndani, na swali la iwapo ukaribu unaweza kuwepo bila shahidi kabisa.Ikiwa imeandikwa kwa ushairi uliodhibitiwa, What Fame Took from Love inatoa ukosoaji wa kitamaduni badala ya toba. Inatoa lugha kwa ajili ya uzoefu unaozidi kuwa wa kawaida katika utamaduni wa kuonekana, na haulizi ni nani aliyeshindwa—bali ni nini hali hizo zilisababisha kutowezekana.

Also by Timothée Luwewe

Amor y rupturas
Lo que la fama le quitó al amor
Intimidad sin privacidad

Amour & Séparation
Ce que la célébrité a arraché à l'amour
Intimité Sans Vie Privée

Liebe & Trennungen
Was der Ruhm der Liebe genommen hat

Love & Breakups
What Fame Took From Love
The Cost of Loving A Celebrity
Love, Lies and Lawsuits
Why Celebrity Relationships Don't Last
Loving a Brand, Not a Person
Breakups Played Out in Public

Famous Love Stories That Failed
What Marriage Costs Us
Intimacy Without Privacy

Mapenzi na kuvunjika kwa mahusiano
Kile Umaarufu Kilichochukua kutoka kwa Upendo
Gharama ya Kupenda Mtu Mashuhuri

الحب والانفصال
ما أخذته الشهرة من الحب

����� �� �������
��������� �� ����� �� ���� ���
����

Standalone
La Destruction D'une Maison

www.ingramcontent.com/pod-product-compliance
Lightning Source LLC
LaVergne TN
LVHW060255051026
849517LV00003B/814
* 9 7 9 8 2 3 3 9 1 5 8 6 4 *